Tales of Heart

Flairs and Glairs
Publication House

"Tales of Heart"

ISBN No: " 978-93-91302-77-1"
1st Edition
Language – English and Hindi

Flairs and Glairs
Publication House
Regd. Under MSME Act.

Disclaimer

This is a work of fiction and solely represent the thoughts of the corresponding authors of the articles. Our editors have tried their best to edit the content of all the authors and check the plagiarism.

All the write-ups in this book are unique and are only published in this book.

In case any plagiarism or error is found, only the author is responsible alone, and not the publisher or the Compilers.

Cover Designing and Book Formatting
Shubham Shah and Ishani Agarwal

Acknowledgement

Firstly, I would like to present this book to the lotus feet of Lord Krishna.

I want to express my gratitude to my mother, Keerthi Shekar for always trusting and making me accomplish the tasks which I never thought I would.
And, to my father, Shekar K for being by my side no matter what.
And, to my uncle (Shivaram) for always having faith in me and supporting me throughout.
Further, I would express my gratitude to my entire family for being my backbone, to my tutor Shri Ravi Prasad B for enhancing my knowledge and to all my teachers who stood by my side and sculptured me as a good human.

I'm also thankful to Shubham Shah (founder of F&G) and Ishani Agarwal for guiding me through out the journey.

Last but not the least, I would love to thank all my co-authors for being a part of book.

This book and the name "TALE OF HEARTS" is very close to my heart as this is the very first step to my journey as a budding writer.

Compilers Note

Arundhati Shekar, a girl with dreams, passion and creativity is blessed with the art of penning her thoughts in the form of poetry.

She started writing in her early teens and was introduced to this world the previous year. Being a co-author of several books, she decided to compile a book and with the help of elders it is finally out.

Besides writing, she is good at drawing, painting and singing. She says "Being creative drives her crazy."

Co-Authors

Shubham Shah (Founder Flairs and Glairs)
Ishani Agarwal (Co-Founder Flairs and Glairs)

1.Abhirama Bhar
2.Ananda Kumar
3.Aishwarya Angadi
4.Anitha Chethan Bargal
5.Arundhati Shekar
6.Bhargavi C S
7.Anantha G
8.Dr Suhag K U
9.Ganesh Prasad B R
10.Keerthi Shekar
11.Keerthi M A
12.Manoj Kumar V
13.Manasa R S
14. Mahesh Bhadrapura
15.Mukta Gowda
16.Nagaraj P Govi
17.Nandini Bhat
18.Naveen Hoogar
19.Pallavi Dyamesh
20.Prajwal D S
21.Prashanth Sridhar
22.Poornima H B
23.Prajnya Prabhu
24.Praveen Kumar
25.Ruchitha Jain M N
26.Raghavendra C S
27.Raveesh S G
28.Sree Sandhya K
29.Shritha

30.Sachin
31.Sushmitha Minajagi
32.Shiva Kumar M
33.Sunil Kumar Y Gangur
34.Swathi Shastry
35.Shri Kiran P Benaka Benakanala
36.Shama D
37.Tarun Vishwajith
38.R S Timmiah Gowdihalli
39.Vidya
40.Vismaya S
41.Vijay Simha L
42.Vikram Hegde

Shubham Shah

(Founder- Flairs and Glairs)

Shubham Shah, an entrepreneur at “Flairs & Glairs” a brand with dynamics in events organizing and cultural educational pan INDIA, is a 26yrs old guy who recently has entered the digital platform of imprinting emotions. He has initiated with his own open mic platform to help budding poets and aspiring writers under his brand named as “Teekhe Zasbaaat”
He is a commerce graduate from the Bhagalpur City of Bihar.

He states Writing has impersonated him since childhood and he has now been writing for over a decade!
Cooking, on the other hand, is his passion! He also mentions, trying out new things just tickles him!
When asked sir, Why SPICY EMOTIONS?
He smiled and added, "agar jasbaat teekhe na ho toh wo jasbaat kahan" Spices are all that blends! So do his words!
As a chef, he presents to you his dish! Hot and freshly served! Taste it! Feel it! Enjoy it! You can also find his writing in the Book "Teekhe Zasbaaat" and 50+ Co-authored anthologies.
With his passion to explore opportunities across Platforms, he is working with keen devotion and We wish him all the very best for his future ventures.
He is Featured in the International Magazine DeMode for his upcoming solo novel.
He is Approved by Ne8x for its Lit Fest, and is a Golden Star Awards 2020 Winner.
He is a India Book of Records Holder for his Anthology Satrang, and has the Grandmaster title by Asia Book of Records, for the same.
He has also been featured in Prabhat Khabar, Dainik Jagran, and a lot of other Newspapers in Bihar for his achievements.
He has been a proud co-author to
India Book Of Records (Title- Black)
World Book Of Records (Title -15 Wonders of Poetries)
India Book Of Records (Title - Aaina)
Vajra World Records Holder (Title - Gustakhi Maaf Hai)
High Range of Records Holder (Title - Gustakhi Maaf Hai)
Indian Book of Records
(Title - Road from Worst to Best)

Share your reviews on his

INSTAGRAM

@spicy_emotions
@shubham4shah

Or via email on

shubham2shah@gmail.com

To stay tuned to his work and opportunities follow his business Handles

INSTAGRAM FACEBOOK YOUTUBE

@flairsandglairs
@teekhezasbaaat

WEBSITE:

https://flairsandglairs.in/
https://flairsandglairs.com/

Ishani Agarwal

(Co-Founder- Flairs and Glairs)

Ishani Agarwal hails from the City of Joy, Kolkata.
She is the co-founder of her Community "Teekhe Zasbaaat" and Flairs and Glairs Publication.
Been a Compiler for 45+ Anthologies, she is in the process for more. Co-authored in 150+ Anthologies. She is a India Book of Records Holder, a Vajra World Records Holder, a High Range of Records Holder, an OMG Book of Records Holder, a Bravo Record holder, a Forever Star Book of World Records and an Indian Book of Records Holder.
Approved by Ne8x for its Lit Fest 2020, and Literary Icon 2020. Also a Golden Star Awards Winner 2020.
She has also been awarded with India Star Republic Award 2021, a part of She Awards by Awards Arc and Winner of Nari Samman 2021 by Literoma.
She is also selected as Best Achiever of the Year by AwardsArc and Most Challenging Compiler Award by Spectrum Awards.

She got her first solo Published,a solo Compilation consisting of first 750 contents of hers, titled "Hand That Burnt While Healing".

She has been featured by the National Magazine "Taree Zameen Par" with the title 'unstoppable'.
Also featured in the International Magazine DeMode for her upcoming solo novel, she is proud to write on social issues, and is happy with the love she is receiving.
Connect with her on Instagram: @Ishani_agarwal_quotes / @compilations_so_far

ABHIRAMA BHAT

Abhiram A S Bhat is from Mangalore ansd is has published a book called Anubandha.

(1)

ಪ್ರಖರ ವಾಗ್ಮಿ ಮಿಥುನ್ ಚಕ್ರವರ್ತಿ ಸೂಲಿಬೆಲೆ
ಚಂದದ ವಾದ ಇವರ ಜೀವನದ ದೊಡ್ಡ ಕಲೆ
ರಾಷ್ಟ್ರದ ಸೇವೆಯಿಂದ ಸಮಾಜದಲ್ಲಿದೆ ಇವರಿಗೆ ನೆಲೆ
ವ್ಯಕ್ತಿತ್ವದಿಂದಲೇ ಬೀಸುತ್ತಾರೆ ಮನಸ್ಸಿಗೆ ಬಲೆ.

ಯುವ ಬ್ರಿಗೇಡ್ ಸಂಘಟನೆ ರಚಿಸಿ
ಎಲ್ಲಾ ಗಟ್ಟಿ ಯುವಕರನ್ನು ಸೇರಿಸಿ
ಹಲವಾರು ನದಿ ಹಳ್ಳಿಗಳನ್ನು-ಸ್ವಚ್ಚಗೊಳಿಸಿ
ಭಾರತದ ಸ್ವಚ್ಚತೆಯಲ್ಲಿ ಮಹತ್ತರ ಪಾತ್ರ ವಹಿಸಿ.

ಜಾಗೋ ಭಾರತ ಎಂಬ ಕಾರ್ಯಕ್ರಮ ಮಾಡಿ
ಜನರ ಮನಸ್ಸಿಗೆ ದೇಶದ ಚಿಂತನೆಯನ್ನು ಹೂಡಿ
ಹಲವಾರು ಕ್ರಾಂತಿಕಾರಿಗಳ ಚಿತ್ರಣ ಬಿಡಿಸಿ
ತಮ್ಮ ಮಾತಿನಿಂದಲೇ ಜನರನ್ನು ಆಕರ್ಷಿಸಿ.

(2)

ನೋಡಬೇಕು ಎಷ್ಟು ಸುಂದರ ಸೂರ್ಯೋದಯ
ಖುಷಿಯಿಂದ ಜೋರಾಗಿ ಬಡಿಯುತ್ತದೆ ಹೃದಯ
ಕಾಣಬೇಕು ಬೆಳಕಿನ ಕಿರಣ ಬಿದ್ದ ಶಿಲೆಯ
ಇಂದಿಗೂ ಕಟ್ಟಲಾಗದು ಈ ಸೌಂದರ್ಯಕ್ಕೆ ಬೆಲೆಯ.

ಆಗಸದಲ್ಲಿ ಸೂರ್ಯ-ಚಂದ್ರರ ಚಾತುರ್ಯ
ಅಸ್ತವಾದ ನಂತರ ಸೂರ್ಯ
ಚಂದ್ರನಿಗೆ ಬೆಳಕು ಚೆಲ್ಲುವ ಕಾರ್ಯ
ಇವುಗಳೆಲ್ಲ ವರ್ಣನೆಗು ನಿಲುಕದ ಸೌಂದರ್ಯ

ANANDA KUMAR

Ananda kumar is the district president of Karnataka State Literature Association, Bengaluru and Sahitya Siri State Awardee.
His hobbies are writing short stories, dramas.

He is from Vijayanagara district.

ಮುದ್ದು ಕಂದ ನೋಡು ಅಲ್ಲಿ
ಚಂದಿರ ಮಾಮನಾ ಕರೆ ಇಲ್ಲಿ
ನಗೆಯನ್ನು ಬಿರುವನು ಬಾನಲ್ಲಿ
ಅವನಂತೆ ನೀನು ನಲಿ ಇಲ್ಲಿ!೧।

ಊಟವ ನೋಡು ಓ ಮುದ್ದು
ಇದರಲ್ಲಿ ಇದೆ ಸಿಹಿಯ ಕೈ ಮದ್ದು
ಬೇಗನೆ ನುಂಗು ತುತ್ತನ್ನು
ಕೊಡುವೇ ನಾನು ಮುತ್ತನ್ನು..!!

ಅತ್ತ ಹಿತ್ತ ನೋಡದಿರು
ಗದ್ದಲು ನೀ ಮಾಡದಿರು
ಲಾಲಿ ಪದವನ್ನು ಹಾಡುವೇನು
ಆದರ ಅರ್ಥ ತಿಳಿ ಹೇಳುವನು.. !!

ಚಂದಿರ ಮಾಮ ನಿನ್ನ ನೋಡುವನು
ನಿನ್ನ ಮುಗ್ದ ನಗೆ ನಲಿಯನ್ನು ಕದಿಯುವನು
ಬಾ ಬಾ ಕಂದ ನೀ ಅಂದ
ನಿನ್ನನು ನೋಡಲು ಬಹು ಚಂದ.. !!

ಯಾಕೆ ಜಾರುವೆ ಕೈ ಯಿಂದ
ಕೊಡುವೇ ನಾನು ತುತ್ತೊಂದಾ
ತುಂಟಾಟ ಯಾಕೆ ನಿನ್ನಲ್ಲಿ
ಸುಮ್ಮನೆ ಕೂರು ನನ್ನಲ್ಲಿ..!!

ಬಿಟ್ಟು ನಡೆ ಓ ಮುಗ್ದ ಮನವೇ
ಎನ್ನ ಮನದ ಅಹಂಕಾರವ
ಪದವಿ. ಆಸ್ತಿ ಹಣ ಅಂತಸ್ತು
ಶಾಶ್ವತವಲ್ಲ ಮನವೇ ll೧ll

ಬಿಟ್ಟು ನಡೆ ಓ ಓ ಮನವೆ
ಚಂಚಲದ ಹುಚ್ಚು ಮನಸೇ
ನಿನ್ನೊಳಗಿನ ಒಣ ಅಹಂಕಾರವಾ
ತೋರದು ನಡೆ.ಒಮ್ಮೆ ತೋರು ಪ್ರೀತಿ ಪ್ರೇಮವಾ ll೨ll

ತನ್ನ ಏಳಿಗೆಗೆ ದುಡಿದವರನ್ನು
ದಿನ ನಿತ್ಯವ ಸ್ಮರಿಸಿದರೆ ಶ್ರೀಗಂಧ
ಪ್ರತಿ ನಿತ್ಯ ಗೌರವಿಸಿದರೆ ಚಂದ
ನಿನ್ನ ಜೀವಕ್ಕೆ ನೆಲೆಯುಂಟು ll೩ll

AISHWARYA ANGADI

Aishwarya Angadi is a writer who has written about 300 poem, mostly about love, life, nature etc. She is popular with the pen name”kanasinoorina nayaki’’.

ಜಗವಿದೆ ಇಂದು ನನ್ನ ಕೈಯಲ್ಲಿ
ನೀನು ಇರುವಾಗ ನನ್ನೆದೆಯಲ್ಲಿ
ನಿನ್ನ ಕಣ್ಣುಗಳೇ
ನನಗೆ ಸಂದೇಶವಾಹಕಗಳು
ನಿನ್ನ ಮಿಡಿತವೇ
ನನಗೆ ಮೋಹದ ಸೆಳೆತವು
ನನ್ನೆದುರು ನೀನು ಇರುವಾಗ
ನನಗೆ ಇನ್ನೂ ಜಗವೇ ನೀನು
ನಿನ್ನ ಹೊರತಾಗಿ ಬೇಡೆನು ನಾನು ಏನು
ನನ್ನೊಲವ ಸಾಹುಕಾರ
ನಿನ್ನೊಲವೇ ನನ್ನ ಆಸ್ತಿ
ನಿನ್ನ ಹೃದಯವೇ ನನ್ನ ವಾಸಸ್ಥಾನ
ನಿನ್ನ ಚರಣವೇ ನನಗೆ
ಅಷ್ಟಸಂಪತ್ತುಗಳ ಗೋಪುರ
ಬಂಧಿಯಾಗಿರುವೆ ನಿನ್ನ ಪ್ರೇಮದಲ್ಲಿ
ಸಿಹಿಯಾಗಿದೆ ನಿನ್ನ ಈ ಸೆಳೆತ
ನನ್ನೊಲವೆ ನಿನಗೆ ಉಡುಗೊರೆ
ನಿನ್ನೊಲವೇ ನನಗೆ ಸರ್ವಸ್ವ

ಕೇಳುವನು ಒಮ್ಮೊಮ್ಮೆನನ್ನೊಲವ ನಾಯಕ
ಏನಿದೆ ಮಾಯೆ ನಿನ್ನೊಳಗೆ ಸೆಳೆಯುವೆ ನನ್ನ ನೀ
ಪ್ರತಿಕ್ಷಣ ಈ ಉಸಿರ ಕಣ ಕಣದಲ್ಲೂ ಅಂತ್ಯವೇ ಇರದ
ಅನಂತದ ದಿಗಂತದೆಡೆಗೆ ಸಾಗಿರುವ ಈ ನೌಕೆಯ
ನಿಷ್ಕಲ್ಮಶ ಪ್ರೇಮ ಬಂಧನಕ್ಕೆ
ಅಂತ್ಯ ಎಲ್ಲಿದೆ ಹೃದಯವೇ???
ನನ್ನುತ್ತರ ಅವನಿಗೆ ಹೀಗಿತ್ತು ಒಲವ ಧೀಮಂತನಿಗೆ
ರಾಧಾಕೃಷ್ಣರ ಒಲವಿನಂತೆ ನಮ್ಮಿಬ್ಬರ ಪ್ರೀತಿಯೂ
ಅಜರಾಮರ ಆಗಲು ಪರಸ್ಪರ ನಂಬಿಕೆಯೊಂದಿಗೆ
ಶಾಶ್ವತ ಪ್ರೇಮ ಇರಲಿ ಗೆಳೆಯ ಹೃದಯದ ಕೆಲಸ ನಿಂತರೂ
ಪ್ರೀತಿ ನಿಲ್ಲಬಾರದು ನಿನ್ನ ಪ್ರೀತಿಯ ಪರಿಗೆ
ಆ ಕೃಷ್ಣನೇ ನಾಚುವಂತಿರಲಿ ನಾವಿಬ್ಬರೂ ಒಂದೇ
ಎಂಬುದ ಸಾರೋಣ ಜಗತ್ತಿನ ಮೂಲೆ ಮೂಲೆಗೂ
ನನ್ನ ಶಾಶ್ವತ ಪ್ರೇಮಿಗೆ ನನ್ನೆಡೆಗೆ ಮತ್ತೆ ಒಲವಾಯಿತೇನೋ
ಎಂಬಂತೆ ಬಲವಾಗಿ ತಬ್ಬಿದನು ಈ ಬಡಪಾಯಿ ಹೃದಯವ
ಗಾಳಿಗೂ ಜಾಗ ಸೂಸದಂತೆ ನಿಜಕ್ಕೂ ಇವನ ಒಲವಿಗೆ
ಅಂತ್ಯವಿಲ್ಲ ಅವನೊಲವು ಆಗಸದಂತೆ ಅನಂತ.

ANITHA CHETHAN BARGAL

Anitha Chetan is a writer who has pursued B.A, B.ed and M.A in Sanskrit.
She is a teacher by designation.
She has been awarded with the Best teacher (Mandya), Kayaka Ratna Award, Kriyasheela Shikshaki Award.
Her hobbies includes reading books, writing poems and so on.

ವಸುಧೆ ಮಾತೆಗೆ ದಿನವು ನಮಿಸುತ
ಕೆಸರಿಗಂಜದೆ ಕೆಲಸ ಮಾಡುತ
ಫಸಲ ಮುಂದೆಯೆ ಕಾದು ಕೂತಿದೆ ಸಾಲ ಸರಣಿಯೊಳು
ಮೊಸರು ಮಜ್ಜಿಗೆ ಹಾಲು ಸವಿಯುತ
ರಸಿಕನಂತೆಯೆ ಕಾಲ ಕಳೆಯುವ
ನೊಸಲ ಬರಹವನಾರು ಕಂಡರು ಜಗದ ಬದುಕಿನೊಳು

ಬಸಿದ ಕಾಸಿಗೆ ಬೆಲೆಯು ಇಲ್ಲದೆ
ಕಸದ ಹಾಗೆಯೆ ಫಸಲು ಚೆಲ್ಲಿದೆ
ಮಸಣ ಸೇರುವ ಕರುಳ ಬಳ್ಳಿಯ ಮನವು ನೆನಪಿಸಿದೇ
ಕುಸಿದ ಮೌಲ್ಯದ ಅಲ್ಪ ಕಾಸನು
ಕಸಿದು ಕೊಂಗರು ಸಾಲಗಾರರು
ಬಸಿರು ತುಂಬಿದ ಮನೆಯ ಒಡತಿಯು ಕಾದು ಕುಂತಿರಲು

ಹಸಿರ ಸಿರಿಯಲಿ ಬೆಳೆದ ಮನವದು
ಉಸಿರು ನೀಡಿದ ಹೆಮ್ಮೆ ಅವನದು
ಬಸಿರ ಬಯಕೆಯು ಮೀರಿ ನಿಂತಿದೆ ನೂರು ಆಸೆಯೊಳು
ಮಸಿಯ ಬಳಿದರು ಮನೆಯ ಮಂದಿಯು
ಕಸದ ರೂಪದಿ ಕಂಡ ಜನಗಳು
ಕುಸಿಯ ತೊಡಗಿತು ಕನಸ ಗೋಪುರ ಜಗದಿ ಬೀಳ್ಕೊಡುಗೆ

ರಾಮನ ರೂಪದಿ
ವಾಮನ ರೂಪದಿ
ಭೂಮಿಗೆ ಬಂದೆಯ ಪರಮಾತ್ಮ
ಕೋಮಲ ಹೃದಯದ
ಭಾಮೆಯ ವಲ್ಲಭ
ಕಾಮನೆ ಬಯಸುವ ಮಾಧವನೇ

ಭಾಮಿನಿಯರಿಗಿವ
ಯಾಮಿಕನಾಗಿಹ
ಕಾಮವ ಮೋಹವ ಧಹಿಸಿರುವ
ಭೂಮಿಯ ಮೇಲಿನ
ಯಾಮಿನಿಯಂತಿರೊ
ಕಾಮುಕ ಜನರನು ಸದೆಬಡಿಯೋ

ತಾಮಸ ಬುಧ್ಧಿಯ
ಪಾಮರ ಮಂದಿಯು
ತೋಮರದೇಟಿಗೆ ಹೆದರುವರೇ
ಭೂಮಿಕೆ ಜಗವದು
ಗೋಮತಿ ಗೋಪಿಯ
ಗೋಮುಖ ದುಷ್ಟರ ಸಂಹರಿಸೋ

ARUNDHATI SHEKAR

Arundhati Shekar was introduced to this amazing world of poems through the book "The Lost Words" and as of now she is working on different anthologies under the banner, Flairs and Glairs.

She pursuing her graduation in commerce and a Company Secretary student.

She started to write when she was 17 years old and the passion continued, as of now she has written about 300 poems.

She mostly writes about self love, love, friendship, confidence, mental health and so on.

She has an audience of about 900 people on Instagram and most of her poems are related by all of them.

Instagram handle: _tale_of_hearts

The loneliness eventually became normal,
normal for her to be contended in the same crowd,
where she mostly cried, not being able to control,
control the feelings, the pain and the memories;

the silence of emotions are now being found nowhere,
the screaming of thoughts cannot be heard from anywhere,
the silence of deadness have gone somewhere,
trust me, she is considered insane anyway;

she felt emphatitic for not being able to explain then,
and now as she couldn't celebrate the victory over them,
her passion was her wings, justifiable surely?
mostly it made her realize her worth and her strength;

cheers to the victory she has had anyway,
applause to the strength, she explored on the way,
love to her for her being her all the way,
life finally treated her the way she wanted to, by the way;

If I could see the future now,
I would have exclaimed wow,
or I would have screamed how;

If my future had come to light,
I would have make it right,
as it's my only right;

If I can ascend to the peak,
I wonder if my life was a click,
because it is too quick;

but I can't see my future,
because that is how it is meant by the giver,
after all we are all survivors

though I can't see the future,
I can build it fairer,
because it will make me happier;

BHARGAVI CS

Bhargavi CS is an M.Com graduate and was working as an Asst.Professor. She is passionate about music, art and literature. She loves to pen down her thoughts through poems. Though writing isn't a planned activity for her, it just comes with the flow occasionally. She has also published few academic management articles and papers.

Let your dreams dance and vibes sing
Let your thoughts blow up and passion glow up.

Try not to be perfect for others sake
Life is not a walk on cake.

There is no loss
Kindly embrace your flaws.

Live also for thyself
The problem exists in the society itself

It is fine if you fail once, twice or thrice
Never let someone invade your space.

Hey Darling!
Don't get disheartened
People are just curious and not concerned.

Love is not merely a noun, but truly a verb..

It is not a collection of words, but series of actions

It is not about how you feel about a person but how you treat them

It is not about writing songs and poems but being there in ups and downs

It's not about convincing a person but consoling the heart

It's not about being always together but being all time loyal

It's not about appreciating the beauty but adoring the soul

It's not about celebrating the presence but valuing the absence

It's not about talk, voice or noise but understanding the silence

It's not about changing the person but handling the situation

It's not about giving reasons but keeping up the promise

Love is not merely a noun , but truly a verb.

ANANTHA.G

Anantha is a working professional in an IT firm. He started writing poems and songs in Kannada & Telugu from the past 6 years and has penned down 50+ poems, 4 songs (2 songs in Kannada and 2 in Telugu). He also is a trained singer and composes music. Hanging out with friends and family, playing sports is how he passes his time!

Instagram ID: anantha.g

ಕಣ್ಣಲ್ಲಿ ಕಣ್ಣಿಟ್ಟು ಕೊಲ್ಲಬೇಡ..
ಮನಸಲ್ಲಿ ಮುಳ್ಳಿಟ್ಟು ಚುಚ್ಚಬೇಡ....
ಜನ್ಮ ಜನ್ಮಾಂತರ ಗೆಳತಿ..
ನೀ ನನ್ನ ಮರೆಯಬೇಡ....

ಚಂಚಲ ಮನಸು ನನ್ನದಲ್ಲಾ..
ಪ್ರೀತಿಯ ಪಾಠ ತಿಳಿಸಿದೆಯಲ್ಲಾ....
ನಿನ್ನ ಬಿಟ್ಟು ನನಗ್ಯಾರಿಲ್ಲಾ..
ನೀನೇನೆ ನನಗೆಲ್ಲಾ....

ವಿಶ್ವದ ಎಂಟನೇ ಅದ್ಭುತ ನೀನಾ..
ನಿನ್ನ ಗುಂಗಿನಲ್ಲಿ ಕಳೆದು ಹೋಯಿತು ಜ್ಞಾನ....
ಹೋಲಿಸಲಾರೆ ನಿನ್ನ ತನು ಮನ..
ತಾಳಲಾರೆ ಕಾಡುವಂತಹ ಮೌನ....

ಕ್ಷಣಮಾತ್ರದಲ್ಲಿ ಬರೆದ ಈ ಕವನ..
ಶಾಶ್ವತವಾಗಲೆಂದು ನಮ್ಮ ಬಂಧನ....
ನೆನಪಾದರು ಬಂತ ಮೊದಲನೆಯ ಮಿಲನ..
ತವಕ ಪಡುತಿದೆ ನಿನಗಾಗಿ ನನ್ನ ಪ್ರಾಣ....

ಕೊನೆಯ ಬಾರಿ ಈ ಪ್ರೇಮಿಕನನ್ನು ನೋಡು..
ಇಂದಿಗೆ ಮುಗಿಸು ನನ್ನ ಪಾಡು........

Phases Of Love Failure Life Of A Boy:
Love at First Sight and the Love Beats On:

ಹಾರ್ಲೋ ಹಕ್ಕಿಗೆ.. ಎರಡು ರೆಕ್ಕೆ
ನಿನ್ನ ನೋಡಲು.. ಎರಡು ರೆಪ್ಪೆ
ಪ್ರೀತಿ ಎಂಬುವ.. ಎರಡಕ್ಷರಕ್ಕೆ
ಎರಡೇ ಬೇಕು.. ಜೊತೆಗೂಡಕ್ಕೆ

Proposing the girl:

ನನ್ನ ಪ್ರೀತಿಯ ನೀ ಅರಿಯುವ ಮುನ್ನ
ನಿನ್ನ ಭೀತಿಯ ನಾ ಅರಿತಿರುವೆ ಚಿನ್ನ
ಸಪ್ತಸ್ವರದ ಆಣೆ ಕಾಪಾಡುವೆ ನಿನ್ನ
ಸಪ್ತಪದಿಯಾ ಹಾಕುವೆ ಪ್ರೀತಿಸು ನನ್ನ

During Love

ಕಣ್ಣಿಯ ರೆಪ್ಪೆ ಮಿಟುಕಿಸೊ ಮುನ್ನ
ಕಣ್ಬದಿ ಇರುವೆನು ಪ್ರೀತಿಸು ಚಿನ್ನ
ಕಣ್ಣಲ್ಲಿ ಕಣ್ಣಿಟ್ಟು ಕಾಪಡುವೆ ನಿನ್ನ
ಕಣ್ಣಂಚಲಿ ಸೆಳೆದು ಒಲಿಸೆಯ ನನ್ನ

ನಿನ್ನ ಮನದಿ ಮರೆ ಮಾಚುವಂತಾಗಿದೆ ಈ ಕ್ಷಣ
ಬೇರೆಲ್ಲೆಯು ಜಗವ ಸಿಗದಂತಾಗಿದೆ
ನಿನ್ನ ತನುವು ಜಯಸಿದಂತಾಗಿದೆ ಈ ಕ್ಷಣ
ಅರ್ಧಾಂಗಿಯು ನೀ ಆದಂತಾಗಿದೆ

After Breakup:

ಮನದಾಳದ ಮಾತನ್ನು ಮುಸುಕು ಹಾಕಿತು ನೋವೊಂದು
ನೀನಿಲ್ಲದ ಘಾಟನ್ನು ಮರು ಹೇಳಿತು ಕಥೆಯೊಂದು
ಕೊನೆಯಿಲ್ಲದ ಕೊನೆಯನ್ನು ನೀ ತೋರಿದೆ ಈಗಿಂದು
ಸದ್ದಿಲದ ಶ್ರುತಿಯನ್ನು ನೀ ತೊರೆದೆ ನನಗಿಂದು

Nostalgia hits again but the Love Beats NEVER GOES OFF:

ಸಾಲಾದೆಯಾ.. ಕೊನೆಯ ಸಾಲಾದೆಯಾ
ನನ್ನ ಪ್ರೀತಿಯ ಬಿಟ್ಟು ನೀ ಹೋದೆಯಾ
ಹಿಂಬರುವೆಯಾ.. ಒಮ್ಮೆ ಹಿಂಬರುವೆಯಾ
ಈ ಜೀವವು ನಿನದೇ.. ನೀ ಕೇಳೆಯಾ

DR. SUHAG K.U.

Am a Veterinary practioner.
Pencil sketching and Writing is my time passing short hobbies.

(1)

ಜೀವನದ ಗುಟ್ಟು

ಕಥನದಲ್ಲೊಂದಿರುವುದು ತಿರುವು
ನೀ ಯಾಕೆ ಕೊರಗುವೆ ಗೆಳೆಯ
ಬಯಸದೆ ಬಂದ ಭಾಗ್ಯವು
ಕೊಟ್ಟಿರಲಿಲ್ಲ ಮನಕೆ ಸಾರ್ಥಕತೆಯ

ಬೇಕೆಂದು ಬಯಸಿದ ಎಲ್ಲಾ ಬಯಕೆ
ಒಲಿಯುವುದಾರೆ ಜೀವನಕೆಲ್ಲಿದೆ ಅರ್ಥ
ಗಮನವೇಕೆ ಹಣೆಬರಹದ ಕರ್ಮಫಲಕೆ
ಕಷ್ಟ ಅಸಾಧ್ಯವೇನಿಲ್ಲ ಸಾಧಿಸಿ ಆಗು ನೀ ಸಮರ್ಥ

(2)

ಗೆಳೆಯರ ನೆನಪು

ರವಿ ಪಡುವಣದ ಗೆರೆ ದಾಟುತಿರಲು
ಆಕಾಶ ಕೇಸರಿಯ ಓಕುಳಿ ಆಡಿರಲು
ಶಶಿ ಇನ್ನೇನು ನಗು ಮುಖವ ಹೊತ್ತುತರಲು
ನಿಶೆ ತನ್ನ ಕಗ್ಗತ್ತಲ ಮುಸುಕು ಎಳೆಯುತಿರಲು

ದೀಪ ಮನೆಯ ಬಾಗಿಲು ಬೆಳಗುತಿರಲು
ಮನ ಯೋಚನೆಯ ಲಹರಿಯಾಗಿರಲು
ಸಾಲಿಗೆ ಹಾರುವ ಹಕ್ಕಿಯ ಹಿಂಡು ಕಂಡಾಗ
ಆತ್ಮೀಯ ಗೆಳೆಯರ ದಂಡಿನ ನೆನಪಿನ ಚಿತ್ತಾರ
ಮೂಡಿಹುದು.

GANESH PRASAD B R

Ganesh Prasad B R is a student by designation who is pursuing his graduation in Bachelor of Engineering. He started to write when he was 15 years old and the spirit was kept alive and passion continued, as of now he has written few poem's, short stories and many quotes,he mostly writes about the value of life ,love , friendship , divinity. He has an audience of about 500+ on instagram.

"Only those who know your heart , can speak your silence"

I heard someone saying
That love is a failure
It took me back to those
Good old days of life
The day I met her .....

I saw the sparkle in her eyes
Which took me to paradise
I heard her voice, any words are less to compare
Which made me fly high in the sky...

She came as an angel to life..
Every second thereafter was no less then being in heaven
When she said she loves me
I was on cloud nine...

It was not her external beauty that amazed
But her soul that mesmerized
My heart flew with her where ever she went
She was a present that God had sent...

I wish I still had her with me
But now she's all a memory
In my heart she is still alive
True love is never a failure
Because my love for didn't die....

KEERTHI SHEKAR

Keerthi Shekar is a B.com graduate and a passionate writer. She is a huge follower of Kannada literature and culture, being a house wife she has just started her to express her views in the form of poems and says it's relaxing.

Apart from writing, she loves to draw, read novels and watch old movies.

ನನ್ನ ಹೃದಯ ವಾಸಿಯಾದ ಶ್ರೀ ರಾಘವನು, ರಘುವಂಶದ
ಕೌಸಲ್ಯ ದಶರಥನ ಕುಲದೀಪಕನು, ಈತನು ಜನಿಸಿದ
ಧರೆಯಲ್ಲಿ ದಶಶಿರ ನಿಗೆ ಅಂತ್ಯವ ಹಾಡಲು,
ನನ್ನ ಕೈ ಹಿಡಿದು ನನ್ನನ್ನು ಉದ್ಧರಿಸಲು;

ಅಂದು ಮಿಥಿಲಿಗೆ ಬಂದನು ಗುರು ವೊಂದಿಗೆ,ಸುದೈವದಿಂದ
ಅಂದೇ ನನಗಾಗಿತ್ತು ಸ್ವಯಂವರ,ನೂರಾರು ಶೂರರು
ನೆರೆದಿದ್ದರು, ನನ್ನಮನವಾಗಲೇ ವರಿಸಿತ್ತು ಈ
ಸೂರ್ಯಕೋಟಿ ಸಮಪ್ರಭನನ್ನು;

ಮಿಂಚಿನಂತೆ ಬಂದು ಪಶುಪತಿ ಅಸ್ತ್ರವನ್ನು ಮುರಿಯಲು,
ನನಗಾದ ಆನಂದ ಆಗಸಕ್ಕಿಂತಲೂ ಮಿಗಿಲು,
ಕಣ್ಣು ತುಂಬ ತುಂಬಿದೆ ಅಗಣಿತ ಕನಸನ್ನು ನಾನು, ಆತನ
ಪಟ್ಟಮಹಿಷಿ ಎಂದು;

ಸದ್ಗುಣ ಸಂಪನ್ನ ಪಿತೃವಾಕ್ಯ ಪರಿಪಾಲಕ, ವಿದ್ಯಾಭೂಷಣ
ರಘುವಂಶ ದೀಪಕಏಕಪತ್ನಿ ವ್ರತಸ್ಥ, ಬಿರುದಾಂಕಿತನಾದ
ನನ್ನವನನ್ನು ಪುರುಷೋತ್ತಮನೆಂದು ಜಗತ್ತು ಕರೆವ ಹೆಮ್ಮೆ
ನನಗೆ,

ಆದರೆ ದುರ್ದೈವದ ಫಲವೋ ಎಂಬಂತೆ
ನಾ ಕಂಡ ಕನಸು ನನಸಾಗುವ ವೇಳೆಗೆ ಬಂದು ಎರಗಿತ್ತು
ವನವಾಸವೆಂಬ ಬರಸಿಡಿಲು,
ಹಿಂದೆ ಮಾಯಾಮೃಗದ ರೂಪವಾಗಿ ಬಂದವನು
ಮಾರಿಚನೆಂಬ ರಕ್ಕಸನು;
ಅಶೋಕವನದಲ್ಲಿ ಕಳೆದ ದೀರ್ಘ ಸಂವತ್ಸರ,ವಾನರ
ಸೇನೆಯೊಂದಿಗೆ ಬಂದು ಬಿಡುಗಡೆ ಮಾಡಿದ ಧನುರ್ಧಾರಿ,
ನನ್ನನ್ನು ಸ್ವೀಕರಿಸಿದ್ದು ಅಗ್ನಿಪರೀಕ್ಷೆಯ ಸತ್ವ
ಪರೀಕ್ಷೆಯೊಂದಿಗೆ,
ಮರಳಿ ಬಂದೆ ಪತಿಗೃಹಕ್ಕೆ
ಪಟ್ಟಾಭಿಶಿಕ್ತಳಾದೆ ಆತನೊಂದಿಗೆ;

ಇನ್ನೇನು ಮಡಿಲು ತುಂಬುವ ವೇಳೆಗೆ ಮತ್ತೆ ಪರಿತ್ಯಕ್ತಳಾದೆ
ಲೋಕದ ಕಟು ಮಾತಿಗೆ,
ವಾಲ್ಮೀಕಿ ಆಶ್ರಮದಲ್ಲಿ ಲವಕುಶ ಜನನ,
ಮತ್ತೆ ಆನಂದಸಾಗರದಲ್ಲಿ ನನ್ನ ಜೀವನ, ಅಶ್ವಮೇಧದ
ನೆಪದಲ್ಲಿ ಪಿತಾ-ಸುತರ ಮಿಲನ, ಕರ್ತವ್ಯ ಪರಿಪಾಲನೆಯ
ಸಾರ್ಥಕತೆಯಲ್ಲಿ ನನ್ನೀ ಮನ;

ಸಹಿಸಲಸಾಧ್ಯವಾಗಿತ್ತು ಈ ಜೀವನ,ಮಾತೆ ವಸುಂಧರೆಯ
ಮಡಿಲಿಗೆ ನಿರ್ಗಮನ,ನನ್ನ ಹೃದಯದಲ್ಲಿ ಸದಾ
ರಾಮಚಂದ್ರ,ಆತನ ಚರಣದಾಸಿ ನಾನು ನಿರಂತರ;

KEERTHI M.A

Keerthi M.A is a co-author and a student designation who is pursuing her graduation in commerce. she started to write when she was 18 years old and the passion continued, as of now she has written about 50+ poems and 100+quotes, she mostly writes about musings, love, self love, dreams, life. And most of the time potray them positively by interesting climax. She has an audience of about 160 people on your quote app.

You will be missed for today tomorrow and for ever after!
When I opened the door you were not there;
Your roots will remain in my ground,
But you will be transformed into furniture in one home ,door in another.
Fence in one town, frame in another.
Now I can see the blue sky
But it won't give me pleasure as much as your green leaves gave,
My home has become more bright but the street has turned dull;
You never let the hot sun to touch,
The chirping of birds greeted many morning,
The rustling of branches on my sheet was like brushing teeth,
The sound of cutting you shevered my heart like the way of killing my dear one;
When it was hot summer you kept us cool by all your branches,
Your cool breeze had made me feel better everytime,
I apologise for cursing you in the winter mornings as your dry leaves filled courtyard;
Though you stood strong like a soldier I use to fear whenever it rained and thunderstorms always raised my heartbeats as you were next to my 'sweet home';
And when finally I got to know that you will be cutted my eyes filled,
I have heard that trees do cry for longtime after cutting - I heartily apologize for every drop of water that your soul pour out.....

Open of that calendar of my life
When I can move to my home
The new built,
For which I bricked the dream,
Cemented my brain and
Watered positivity to strengthen,

to long last, to bright up today,
tomorrow and everyday.
My soul is there,
My heart is there,
And I'm here-wandering in the place
Where I don't belong fortunately.
I'm waiting,
Waiting to live the life I deserve.
To begin my happy life-
free from the soo called happiness
I'm having currently.Yes I would
like to conclude this calendar
which has taken my peace and
turned my heart into
pieces ......

MANOJ KUMAR. V

Manoj Kumar. V basically known as Manu Vadivel, is a co-author and a student by designation who is pursuing his graduation in commerce. He started to write when he was 16 year old and the passion continued, as of now he has written about 200 plus poems, he mostly writes about language, love, friendship, etc. He has an audience of more then 500 people's in social media...

ಮಿಂಚುಗಳ ಮಿಂಚಿನ ಲೋಕ ನೀನು
ನನ್ನ ಕಲ್ಪನೆ ಮೀರಿದ ಭಾವ ನೀನು
ತುಸು ಸಮಯ ಇನ್ನೂನು
ನೋಡುತಿರುವೆ ನಿನ್ನ ಮೊಗವನು

ಬಯಸದೆ ಬಂದ ಭಾಗ್ಯ ನೀನು
ನಿನ್ನ ಕಂಡು ಮಿತಿ ಮೀರಿದ್ವೇನೆ ನಾನು
ನಿನ್ನ ನಗುವ ದ್ವನಿ ಕೇಳಲು
ಮತ್ತೆ ಮತ್ತೆ ಮನಸಾಗಿದೆ
ನನ್ನ ಆಯ್ಕೆ ಎಂದಿಗೂ ಒಂದೇ

ನನ್ನದು ತಪ್ಪು ಇದ್ದಲ್ಲಿ ನಿನಗೆ
ಶರಣಾಗುವೆ
ಪ್ರತಿ ಸಾರಿ ನಾ ಕೇಳುವೆ ಕರಿಯುವೆ
ಓ ನನ್ನ ಒಲವೇ...

ಕವಿ ಗಳ ಬರವಣಿಗೆ ಯಲ್ಲಿ ತುಂಬಿದೆ ಈ ನಾಡು
ಕೃತಿಗಳ ಸರಮಾಲೆಯೇ ಇಲ್ಲಿದೆ ನೋಡು
ಜ್ಞಾನಪೀಠ ಪ್ರಶಸ್ತಿಗಳು ಸಾಲು ಸಾಲು
ಎಲ್ಲ ಭಾಷೆ ಗಿಂತಲೂ ನಮ್ಮ ಭಾಷೆಯೆ ಮೊದಲು

ಕೋಪ ಜಗಳಕ್ಕೆ ಅಂಜದ ಈ ನಾಡು
ಸ್ನೇಹಕ್ಕೆ ಪ್ರೀತಿಗೆ ಕರಗುವುದು ನೋಡು

ಕರುನಾಡು ಪ್ರಪಂಚವನ್ನೆ ವರ್ಣಿಸುವ ನಾಡು
ಖುಷಿಗೆ ನಮ್ಮದೇ ಹಾಡು ಪಾಡು

ನಮ್ಮ ನಾಡಿಗೆ ಯಾರಾದರು ಬರಲಿ
ನಾವು ಹೇಳುವುದು ಒಂದೇ ಮಾತು ನಿನ್ನ ಮುಖದಲ್ಲಿ
ಮಂದಹಾಸ ಸದಾ ಇರಲಿ...

MANASA R S

I am Manasa. At present I am working as an HR at GE India Industries. I am born and raised in Bangalore.

I am recipient of two state level awards "Chief Minister Commendation Award", "Yuva Chetana Award" and District level awards named "Kala Jothy Award" and "Best Camp Senior Medal".

I am a part of Many NGO's and Volunteering organisations namely

* National Association for Blinds
* Samarthanam Trust
* National Cadet Corps
* Youth for Seva
* Civil Defence of Karnataka

ನನ್ನೊಡನೆ ತುಸು ಮಳೆಯು ಜೊತೆಯಾಗಿತ್ತು,
ನೆನಪುಗಳು ಹನಿಯೊಡನೆ ಮಿಂಚುತ್ತಿತ್ತು,
ಒಂಟಿತನವು ತಿರುಗಿ ನೋಡಲು ಕತ್ತಲಾಗಿತ್ತು,
ಬೀದಿ ದೀಪ ನನ್ನನ್ನು ನೋಡಿ ನಗುತ್ತಿತ್ತು,
ಮರಳಿ ನೆನೆಯಲು ಮನಸ್ಸು ಮೌನವಾಗಿತ್ತು,
ಮಾಗದ ಗುರುತೊಡನೆ ಆ ರೋಡು ಕಾಯುತ್ತಿತ್ತು.

ತೂಗಿದೆ ಹನಿಯೊಂದು ಕಣ್ಣಲ್ಲಿ,
ಉಳಿದಿದೆ ನೆನಪೊಂದು ಮನದಲ್ಲಿ,
ಚೂರಾದ ಭರವಸೆಯೊಂದು ಜೀವದಲ್ಲಿ,
ಸುಡುತ್ತಿದೆ ಕಲ್ಪನೆಯೊಂದು ಭಾವಗಳಲ್ಲಿ,
ಚಿರಾಯು ಪ್ರೀತಿಯೊಂದು ನರ-ನಾಡಿಯಲ್ಲಿ,
ಕಾಯುತ ನಿಂತಿರುವೆ ತಿಳಿ ಸಂಜೆಯಲ್ಲಿ,

- ಮನಸ್ವಿ

ನಾ ಕಂಡ ಕನಸುಗಳು ಕರಾಳ,
ನೀನಿರುವ ಕ್ಷಣಗಳು ವಿರಳ,
ಬೆರೆತಿರುವೆ ನಿನೊಡನೆ ನಿರಾಳ,
ಅರಿಯದೆ ಹೋದೆ ಪರಿಚಯದ ಮರುಳ,
ತಿಳಿಯ ಬೇಕಾಗಿದೆ ಮರೆಯುವ ತಿರುಳ,
ನಡೆಯುತ್ತಿರುವ ಈ ಬದುಕು ಸರಳ.

ಕರೆದವರಾರು ಬರುವುದಿಲ್ಲ,
ಬ೦ದವರಾರು ಉಳಿಯುವುದಿಲ್ಲ,
ಇರಲು ಇಚ್ಛಿಸುವವರನ್ನು ಜೀವನ ಉಳಿಸುವುದಿಲ್ಲ,
ನಿನ್ನವರೆಲ್ಲ ಎಲ್ಲಿಯವರೆಗೆ?????.....
ಅವರವರ ಜೀವನ ಮೂಡುವವರೆಗೆ.........
ಹುಟ್ಟಿರುವೆ ನೀನು ಪರರಿಗಾಗಿ,
ಬದುಕಬೇಕು ಇಂದು-ಎಂದು ಒಂಟಿಯಾಗಿ

MAHESH BHADRAPURA

Mahesh Bhadrapura is a writer, he was very much keen about writing poetry, music, and literature.
He has written about 1000 poems about love, pain, nature and so on. He has also composed music.

ಹೊರಗೆ ಹೆಜ್ಜೆ ಇಡಲು ಬಿಡದ ಮಳೆ
ಮೂಲೆ ಹಿಡಿದು ಒಂಟಿಯಾಗಿ ಕುಳಿತ ಕೊಡೆ

ಮನೆ ತಗಡಿಗಪ್ಪುವ ಹನಿ ನಾದ
ಎಲೆ ತುದಿಗಂಟಿ ಜಿನುಗಿದ ಪರಿ

ಚಪ್ಪಲಿ ಮೇಲೆ ಹೊಡೆಯುವಷ್ಟು ಕೋಪ ಹಾದಿಯುದ್ದಕ್ಕೂ
ಕೆಸರಿನೊಟ್ಟಿಗೆ ಜಗಳಕ್ಕಿಳಿದ ಕಾರಣ ಅದು ಹಾರಿ
ಪಾಯಜಾಮವೇರಿ ಚುಕ್ಕಿ ಇಟ್ಟಿದೆ ರಂಗೋಲಿ ಹಾಕಿದೆ

ತಂಗಲು ಗೇಣು ಜಾಗೆ ಸಾಕು ಯಾವುದೋ ತುಂಬಿದ ಅಂಗಡಿ
ಮುಂದೆ ಕೊಂಚ ಗಿಜಿಗುಟ್ಟಿದವರ ನಡುವೆ ಹತ್ತಿ
ನಿಂತೊತ್ತಡದಲ್ಲಿ ಅಪರಿಚಿತನ ನಗೆ ತಂಪೆರಚಿತ್ತು ಚೂರು
ಸೇರಿ ಮಳೆ ಗಾಳಿ ಜೊತೆ

ಎಲ್ಲವು ಹಸಿ ಹಸಿ ಆಸೆಗಳು ಸಹ
ಹೊಟ್ಟೆಗೆ ಬಿಸಿ ತಿನಿಸು ಬೀಳದೆ ಕಾಡಿದೆ ವಿರಹ
ಅಂತಹದರಲ್ಲಿ ಹದಿಹರೆಯದ ಮನ ಬಯಸುವುದು
ಬೇರೆಯದನ್ನೆ

ಕಡಲಗಾಳಿಗೆ ಮೈವೊಡಿ ಅಡ್ಡಾಡಿದ ನೆನಪು
ಮತ್ತಾದಿತವರಿಬ್ಬರಿಗೂ
ಮಳೆ ಬಂದೋದ ಮೇಲೆ ಸುತ್ತಾಡಲು ಬಂದ ತಿಳಿಗಾಳಿಯ
ಸ್ಪರ್ಶ ಸವಿದು
ಇಲ್ಲಿ ಇಳಿಯುವ ಸೂರ್ಯ ತಿಳಿಗೆಂಪಾಗುವ ಥೇಟು ಅವಳ
ಗಲ್ಲಗಳಂತೆ
ಅಲ್ಲಿ ಮಾತಾಡದ ಚಂದಿರ ಇನ್ನೂ ಕಾಣುತ್ತಿರುವ ಅತೀವ
ಸುಂದರ ಮೀಸೆ ಒಂದಿಲ್ಲವಷ್ಟೆ

ಅಜ್ಜನ ನೆಚ್ಚಿನ ಕೆಟ್ಟು ನಿಂತು ತುಕ್ಕು ಹಿಡಿದ ಹಳೆ
ಗಾಡಿಯನ್ನ ಸಾಬೂನು ಹಾಕದೆ ಹೊಳೆಯುವಂತೆ

ತೊಳೆಯುವುದು ಈ ಮಳೆ

ಕರಗುವ ಮೋಡಗಳ ಮೇಲು ಕ್ಷಣಿಕದೊಲವಾಗಿತ್ತು
ಬೇಡಿ ತಿನ್ನುವ ತಿರುಕನಿಗೂ
ಬಾಯಿರದ ಮೂಕ ಪ್ರಾಣಿಗೂ

ಅಳಲವಕಾಶ ವದಗಿಸಿ ಕಣ್ಣೀರ
ಕಣ್ಮರೆಯಾಗಿಸುವ ಮಳೆ
ತಟ್ಟಗುಟ್ಟಿ ತೋಯಿಸಿ ಮಧುರ ನೆನಪ ಪುಟಿಸಿ
ಭಾವವರಳಿಸುವ ಮಳೆ

ಸಾಕು ಎನ್ನುವಷ್ಟು ಪ್ರೀತಿ ಧಾರೆ ಎರೆದು
ಸಾಕು ಎನ್ನುವಷ್ಟು ಮೈಲಿ ದೂರ ನಡೆದು
ಹಳೇ ಜೀವದ ಒಳಗೆ ಹೊಸ ಭಾವವ ಬೆರಸಿ
ಎದೆ ಮೇಲೆ ಮಲಗಿದ ಹಸಿ ನೋವನು ಮರೆಸಿ
ಬರುವೆ ಕಲಿಸಿ ಕೊಡಲು
ಸೋತರು ನಗುವುದ
ಸೋತರು ನಗುವುದ

ನಿನ್ನ ಸಿಕ್ಕ ಸಂತಸವಾಗಿ
ಉಳಿದು ಒಡನೆ ಇರುವೆ
ಸಾವಿರಾರು ನಾಳೆಗಳು ಮುಗಿಯುವವರೆಗೆ

ನೀ ಕಾಣುವ ಎಲ್ಲ ಕನಸುಗಳಿಗೆ ಬಣ್ಣ
ಬಳಿದು ಬಿಡುವೆ
ನೀ ಹಾಡುವ ಹಾಡಿನ ನಡುವೆ ಬಂದು
ಕುಳಿತು ಬಿಡುವೆ
ಕುತೂಹಲ ಮೂಡಿಸೊ ಜಾದೂಗಾರ ನಾ ನಿನಗೆ
ಒಲವ ಪರಿಮಳ ಪಸರಿಸಿ
ಇಣುಕಿರುವೆ ನಿನ್ನ ಮನದ ಕೋಣೆಯೊಳಗೆ

ಧೂಳು ಹಿಡಿದ ಕನ್ನಡಿ
ಕೈ ಬೀಸಿ ಕರೆದು
ಬಿಡಿಸು ಎಂದಿದೆ ನಿನ್ನ ಹೆಸರ
ನಿನ್ನ ಹೆಸರ
ನೀ ಬಾ ಎನದಿದ್ದರು ಬರುವೆ ನಾಚಿಗೆ ಬಿಟ್ಟು
ಕಲಿಸಿ ಕೊಡಲು
ಸೋತರು ನಗುವುದ
ಸೋತರು ನಗುವುದ

MUKTA GOWDA

From: Honnavar (Uttara Kannada)
My father is farmer.
My mother is house wife.
I'm still working.
My hobbies are: reading books, writing quotes, short poems, singing, and loving dance. Nature lover.

ಪ್ರೀತಿಯ ತುಂತುರು
ಮೊದಲ ಬಾರಿ ಕಂಡ
ಆ ಒರೆ ನೋಟದ ಕ್ಷಣ
ಮನದೊಳಗೆ ಮಾಡಿದೆ
ಪ್ರೀತಿಯ ಸಂಚಲನ.

ಹೇಳಲಾಗದ ಪದವೊಂದು
ತುಟಿಯ ಅಂಚಿನಲ್ಲಿ ಇರಲು
ತೊದಲುತ್ತಿದೆ ಮಾತೆಲ್ಲವೂ
ನೀ ಕಣ್ಮುಂದೆ ನಿಂತಿರಲು.

ಕೋಮಿಂಚಿಂನಂತಿರುವ ನಿನ್ನ
ಆ ಕಣ್ಣಿನಲ್ಲಿ ಕಂಡೆ ನನ್ನ ಪ್ರತಿಬಿಂಬವ
ಮತ್ತೆ ಮತ್ತೆ ಸೋತೆ ನಾ
ನಿನ್ನ ಆ ಒಲವ ನೋಟಕೆ

ಸಪ್ತ ಬಣ್ಣಗಳ ಮೇಲೆ
ಸಪ್ತ ಸ್ವರಗಳ ನಡುವೆ
ಸಪ್ತ ಹೆಜ್ಜೆಯನ್ನಿಟ್ಟು
ಬಾ ನನ್ನ ಹೃದಯದರಮನೆಗೆ

ಕಪ್ಪೆ ಚಿಪ್ಪಿನೊಳಗಿರುವ ಮುತ್ತಿನಂತೆ
ಜೋಪಾನ ಮಾಡುವೆ ನಿನ್ನ ಅದರೊಳಗೆ.

ಬಯಸಿದೆ ನಾ ಬಯಸಿದೆ ನಿನ್ನಯ ಪ್ರೀತಿಯನು
ಅಳುತಿದೆ ಮನ ಅಳುತಿದೆ ನೀನಿಲ್ಲದ ಕ್ಷಣವೆಲ್ಲವೂ
ನಗುವಿಗೂ ನಗಲಾಗದು ಪ್ರೀತಿಯ ನೆನಪಂತದು

ಕನಸಲೂ ನೀನಿಲ್ಲದೆ ಮರುಗಿದೆ ಮನವೆಲ್ಲವೂ
ಮನಸಲ್ಲಿ ಮಾತಿದ್ದರು ಮಾತಾಡುವ ಬಯಕೆಗಳೆಲ್ಲವೂ
ನೀನಿಲ್ಲದೆ ಒಂದೊಂದಾಗಿ ಕರಗಿದೆ.

ಬಯಸಿದೆ ನಾ ಬಯಸಿದೆ ನಿನ್ನಯ ಪ್ರೀತಿಯನು
ಅಳುತಿದೆ ಮನ ಅಳುತಿದೆ ನೀನಿಲ್ಲದ ಕ್ಷಣವೆಲ್ಲವೂ.
ನಿನ್ನೊಂದಿಗೆ ಜೊತೆಯಾಗುವ ಕನಸೆಲ್ಲವೂ ಮರೆಯಾಗಲು

ಬಾಳಿಗೆ ಬೆಳಕಾಗುವ ಬದಲಾವಣೆ ಬೇರೂರಲು
ನಡೆವ ದಾರಿ ನೋವ ನುಂಗಿ ಸಾಗಬೇಕು ನಿಲ್ಲದೆ.
ಕಳೆದ ಕ್ಷಣವ ಮರಳಿ ಕೊಡಲು ಕಾಲ ನಿನ್ನ ಕೇಳುವೆ ಕೇಳುವೆ

NAGARAJ P GOVI

Nagaraj P Govi is from Hanabarahatti of Belagavi district. He has done B.A and B.ED.

He is a passionate writer and a stand up comedian.

ಮನೆಯ ಅಂಗಳ ದೊಳಗ
ಮಡದಿ ಕುಂತಾಳ ಹೊರಗ
ಸಿಟ್ಟೇತಿ ನೋಡ ಮಾರಿಯ ಮ್ಯಾಗ
ನನ್ನಾಣೆ ನನ್ನೊಡಿ ನಗತಾಳ ಒಳಗ.

ಹೆಂಗರ ತಗಿತಾಳ ತಕರಾರ
ನೋಡಾಕ ಕೆಂಪ ಮೆಣಸಿನಕಾರ
ಮಾಡ್ತಾಳ ನಂಗ ಬಲು ಜೋರ
ನನ್ನಾಣೆ ನನ್ನಾಕಿ ಬರಪುರ.

ಅಡಗಿ ಮನಿಯೊಳಗ ರಾಣಿ
ಮುಚ್ಚಿ ತಿಂತಾಳ ಬಾರಿ ಜಾಣಿ
ನೋಡಾಕ ನನ್ನಹೆಂಡ್ತಿ ಮರಿ ಆನಿ
ನನ್ನಾಣೆ ಬದುಕಲ್ಲ ಅಕಿ ಬಿಟ್ಟ ಈ ಪ್ರಾಣಿ.

ನನಗಾಗಿ ದಿನಪುರ ಕಾಯ್ತಾಳ
ಹೊತ್ತಾದ್ರು ಮಂಗಳಾರಳತಿ ಮಾಡ್ತಾಳ
ಮಂಗಳಾರತಿ ಮಾಡ್ತಾಳ ಬಿಕ್ಕಿ ಅಳತಾಳ
ನನ್ನಾಣೆ ನನಮ್ಯಾಲ ಜೀವಾನೇ ಇಟ್ಟ್ಯಾಳ.

ರಭಸದಿ ಸುರಿಯುತಿದೆ ಸುಳ್ಳಿನಾ ಮಳೆ
ಬಿತ್ತಿದರೆ ಬೆಳೆಯುವುದೇ ಸತ್ಯದಾ ಬೆಳೆ
ಹರಕು ಬಟ್ಟೆಯ ಬಡವ ತಿನ್ನಲು ಬೇಡುತಿಹ
ಕಳ್ಳಮುಖದ ಆಸೆಬುರಕ ಬಚ್ಚಿ ತಿನುತಿಹ.

ಬೀಸುತಿದೆ ಬಿರುಗಾಳಿ ದಿಕ್ಕುತಪ್ಪಿ
ನಿಂತಿಹನು ಎದೆಯಕೊಟ್ಟು ಗುಡಿಸಲಪ್ಪಿ
ನೋಡಿ ನಗುತಿದೆ ಸಿರಿತನವು ಕಿಟಕಿ ಬಳಿ
ಬಿಡಿಸಬಾರದೇ ಸೂರ್ಯಕಿರಣ ಬಡವನಾ ಚಳಿ.

ಸಾಗುತಿದೆ ಬರವಸೆಯಲಿ ಬಡವನಾ ಬದುಕು

ಕೊನೆ ಕಾಣುವುದೇ ಸಿರಿತನದ ಕೊಳಕು
ಮೂಡುವುದೇ ಮುಂದಾದರು ಮರೆಯಾದ ಬೆಳಕು
ಸಿಗಲಯ್ಯ ಸಾವಿನ ಮುನ್ನ ನೆಮ್ಮದಿಯ ತುಣುಕು

NANDINI BHAT

I'm married and a homemaker
I love to write poems whenever I find time.
Love to establish myself as the best poetess.

When I was a kid,
people had cut down your lap
for the cradle,
that was made by yours wood,
i were happy,
and you were smiling;

When was a child,
people had cut down your lap,
made a table to read,
i were happy,
and you were smiling;

When I got aged,
i cut down your lap,
i was effortlessly asleep
in a chair made of it,
i were happy
you were smiling even in that pain;

Trees also have life,
that creature also breathes,
trees are life to the nature,
let's save the life of the tree;

Though the people are slashing trees,
but then also trees are protecting us,
Trees are like mother,
let us be blessed in the
lap of nature in the shade of tree;

The girl writes the diary :
She was standing near the window,
she enjoyed the air few hours.
then she came to the table, took her diary,
she tried to write, but she sat thinking about events;

She captured the scene in her eyes,
those beautiful days, but suddenly
in just a few movements that
horrific incident startled her,
Though thinking a hundred times,
she blinked without writing a single line;

Filling all the blackness in her eyes,
and stumbling for words,
she was silent, she was quite,
there were only black signs in her diary,
there were pain in her diary,
who could not bear it;

One day she became Ash under the
emotions without published,
it remains a question for those who turned pages,
In her colourfully pages of the diary,
she remains as a question.

NAVEEN HOOGAR

Naveen Hoogar is a student pursuing his B.A,
He is enjoying his student life and penning down the same in the form of poems.

ತಿಳಿಯದೇ ಬಂಧೀಯಾಗಿರುವೆ
ನಿನ್ನ ಮಾಯಾಜಾಲದಲಿ
ತೀರ ಸಿಗದೆ ತಿರುಗುತಿರುವೆ
ನಿನ್ನ ಸೆಳೆತದ ಸುಳಿಯಲಿ
ಅದೇನೂ ಮಾಯಾಜಾಲವೋ
ಅದೆಂತಹ ಸೂಜಿಗಲ್ಲಿನ ಸೆಳೆತವೋ
ಅಗೋಚರ ಅದ್ಭುತ ಶಕ್ತಿಯೋ.
ಶರಣಾಗಿಹೆ ನಾ ಅದಕೆ... !

ಸಂಬಂಧಗಳ ಬಂಧ ಕಳಚುವ ಮುನ್ನ
ಬಾಂಧವ್ಯದ ಸವಿಯ ಸವಿಯೋಣ
ಕಳೆದ ಕ್ಷಣವ ನೆನೆದು ಕನವರಿಸುವ ಮುನ್ನ
ಕಳೆಯದಂಥಹ ನೆನಪುಗಳ ಕಲೆಹಾಕೋಣ
ಬಂಧನಗಳ ಮರೆಯುವ ಮುನ್ನ
ಬಂಧಗಳೊಳಗಿನ ಸಿಹಿನೆನಪುಗಳ.. ಮಧುರ ಕ್ಷಣಗಳ..
ಮನದ ಪೆಟ್ಟಿಗೆಯಲಿ ಭದ್ರವಾಗಿರಿಸೋಣ
ಗೌಪ್ಯ-ಗುಟ್ಟುಗಳ ಸುಟ್ಟು ಮರೆಯೋಣ...!

PALLAVI DYAMESH

Pallavi Dyamesh D/o Dyamesh is from Aralikatte near Chitradurga. She is a student of commerce and writing is her passion.

ಕನ್ನಡ ನಾಡು
ಸಂಗೀತ ಸಾಹಿತ್ಯ ಕಲೆಗಳ ಬೀಡು
ಕಣ್ಮನ ತಣಿಸುವ ಬೇಲೂರು ಹಳೇಬೀಡು

ಕನ್ನಡಿಗರ ಈ ಹೆಮ್ಮೆಯ ನಾಡು
ಸಾಧು ಸಂತ ಶಿವಶರಣರ ನಾಡು
ಕೃಷ್ಣ ದೇವರಾಯನಾಳಿದ ನಾಡು

ಪಂಪ ರನ್ನ ಪುರಂದ ಬಸವಣ್ಣ
ಸರ್ವಜ್ಞರು ಉಳಿಸಿದ ನಾಡು
ನೋಡು ನಮ್ಮೀ ಕನ್ನಡ ನಾಡು

ಹುಟ್ಟಿದಾಗ ಎಲ್ಲರಿಗಿಂತ ಸಂಭ್ರಮಿಸಿದ್ದು
ತೊದಲು ಮಾತು ಕೇಳಿ ನಲಿದಿದ್ದು
ಸೋತು ಕುಂತಾಗ ವಿಶ್ವಾಸ ತುಂಬಿದ್ದು

ಪುಟ್ಟ ಪುಟ್ಟ ಆಸೆಗಳಿಗೋಸ್ಕರ ತನ್ನ ಕನಸುಗಳನ್ನು
ದೂರವಿರಿಸಿ ಎನ್ನು ಕಮ್ಮಿ ಇಲ್ಲದಂತೆ ಬೆಳೆಸಿದ್ದು
ತಮ್ಮ ಖುಷಿನೇ ತ್ಯಾಗ ಮಾಡಿ ಕರುಳಿನ ಜೊತೆ ಸಂಬಂಧ
ಬೆಳೆಸಿದ್ದು

ಒಂದು ದಿನ ಬಿಟ್ಟು ಹೋಗುವ ಸಮಯ ಬಂದಾಗ
ತನ್ನೊಳಗೆ ಎಲ್ಲಾ ನೋವನ್ನು ನುಂಗಿ ನಗುವಿನಿಂದ
ಕಳುಹಿಸುವವ ಅಪ್ಪ ನೀ ಕೊನೆಯಿರದ ಮುಗಿಲು ಮಹಾತ್ಮ
ಅಪ್ಪ

PRAJWAL D S

Prajwal D S is a student who is in the final year of his graduation, he loves to write and it is is hobby.

ಮನಸ್ಸು ಎಂಬ ಆತ್ಮ,
ಪ್ರೀತಿಯ ಜಾಗದಲ್ಲಿ
ದ್ವೇಷ ಎಂಬ ಆತ್ಮ,
ಬದುಕಿನ ಜೊತೆಯಲ್ಲಿ
ಸಾವು ಎಂಬ ಆತ್ಮ,

ಆತ್ಮ ನಮ್ಮೊಳಗೆ ಇರುವುದೊ
ನಾವು ಆತ್ಮದ ಒಳಗೆ ಇರುವುದೊ
ಒಂದೂ ತಿಳಿಯದೆ ಇರೋ ಆತ್ಮ...
ಹೃದಯದ ನಡುವಿನಲ್ಲಿ

ಮನಸ್ಸು ಎಂಬ ಆತ್ಮ,
ಪ್ರೀತಿಯ ಜಾಗದಲ್ಲಿ
ದ್ವೇಷ ಎಂಬ ಆತ್ಮ,
ಬದುಕಿನ ಜೊತೆಯಲ್ಲಿ

ಸಾವು ಎಂಬ ಆತ್ಮ,
ಆತ್ಮ ನಮ್ಮೊಳಗೆ ಇರುವುದೊ
ನಾವು ಆತ್ಮದ ಒಳಗೆ ಇರುವುದೊ
ಒಂದೂ ತಿಳಿಯದೆ ಇರೋ ಆತ್ಮ...

ಮನಸ್ಸಿನಲ್ಲಿ ಸ್ಥಿಮಿತವಾಗಿದೆ
ಹೃದಯದ ಮಾತು
ಹೃದಯದ ಅಂತರಾಳದಲ್ಲಿ ಸ್ಥಿಮಿತವಾಗಿದೆ
ಮಾತು ಹೊರಡದೆ
ಮೌನವಾಗಿದೆ ಜೀವನದ ಮಾತು...

PRASHANTH SRIDHAR

Prashanth is a passionate writer from past 3 years. He loves listening to music also he is a good singer.

ಯಾವುದೂ ಶಾಶ್ವತವಲ್ಲ.
ಇಂದು ಬದುಕಲ್ಲಿ ಸೋತವರು ನಾಳೆ ಗೆಲ್ಲಬಹದು!
ಇಂದು ಬದುಕಿದವರು ಸಾಯಬಹುದು!
ಜೀವನದಲ್ಲಿ ಯಾವುದು ಶಾಶ್ವತವಲ್ಲ!

ಆದ್ದರಿಂದ ಜೀವನದಲ್ಲಿ ಇರುವ ನಿಮ್ಮ ಆಯಸ್ಸನ್ನು ಆದಷ್ಟೂ ಒಳ್ಳೆಯದನ್ನು ಮಾಡುತ್ತಾ, ಖುಷಿಯಿಂದ ಕಳೆಯಿರಿ!
ಸಾಧ್ಯವಾದರೆ ಬೇರೊಬ್ಬರಿಗೆ ಕೆಟ್ಟದ್ದನ್ನು ಮಾಡುವ ಬದಲು ಖುಷಿಯನ್ನು ಕೊಡುವವರಂತಾಗಿ

ಎಲ್ಲವು ಇರುವುದು ಆ ಸೃಷ್ಟಿಕರ್ತನಾದ ಭಗವಂತನ ಕೈಯಲ್ಲ. ನಾವು ಅವನ ಕೈಯಲ್ಲಿ ಆಡಿಸುವ ಗೊಂಬೆಯಂತೆ.

ನಾವು ಹಾಕಿಕೊಂಡ ಬಟ್ಟೆ, ಇರುವ ಮನೆ, ದುಡಿದ ಹಣವು ಯಾವುದು ಶಾಶ್ವತವಲ್ಲ. ಅವೆಲ್ಲವು ನಾವು ಸತ್ತಮೇಲೆ ನಮ್ಮ ಜೊತೆ ಬರುವುದಿಲ್ಲ.

ಜೀವನದಲ್ಲಿ ನಮ್ಮದು ಎಂದು ಶಾಶ್ವತವಾದದ್ದು ಎಂದರೆ ಅದುವೆ ನಮ್ಮ ನೆರಳು ಹಾಗು ನಮ್ಮ ಒಳ್ಳೆಯತನ, ಅದು ನಾವು ಸತ್ತ ಮೇಲು ನಮ್ಮ ಜೊತೆಯೆಲ್ಲೆ ಬರುತ್ತದೆ

POORMINA H B

Poornima H B is still a PUC student who tries to express her views in the form of poetry.
Her desire is to serve Mother BHUVANESHWARI (Goddess of Karnataka)

ಸ್ನೇಹದ ಕಡಲಲ್ಲಿ, ನೆನಪಿನ ದೋಣಿಯಲ್ಲಿ...
ಪಯಣಿಸುವ ಪಯಣಿಗರು ನಾವು ಕೇಳಿಲ್ಲಿ...
ಬಾಲ್ಯದ ಹುಡುಗಾಟ ಮರೆಯಲು ಸಾಧ್ಯವಿಲ್ಲ...
ಆಗಿನ ದಿನಗಳ ಸವಿಗನಸೆಂದು ಮಾಸಿಲ್ಲ...

ಬಾಲ್ಯದಲ್ಲಿ ನಾವೇನು ಮಾಡಿದರು ಚಂದ...
ಎಂತಹ ಕೆಲಸ ಮಾಡಿದರು ಅಂದ...
ಗುಂಪುಗೂಡಿ ಆಡಿದ ಆಟ...
ಕನಸಿನ ಅರಮನೆಯ ನೋಟ...

ಅಜ್ಜನ ಅನುಭವದ ಕಥೆಯ ಪಾಠ...
ಅಜ್ಜಿಯ ಕೈ ತುತ್ತಿನ ಊಟ...
ನಾವು ಆಡಿದ ಬೊಂಬೆಯ ಆಟ...

ಎಂದಿಗೂ ಮರೆಯಲಾಗದ ಮಜಲುಗಳ ನೋಟ...
ಬಾಲ್ಯದ ನೆನಪುಗಳೇ ಜೀವನದ ಗೆಲುವು...
ಎಲ್ಲರು ಒಂದೇ ಎಂಬ ಭಾವದ ನಿಲುವು...
ನಾಳಿನ ದಿನಗಳ ಬಗ್ಗೆ ಕನಸಿನ ಹೊತ್ತು...
ಎಂದಿಗೂ ಮರೆಯಲು ಆಗದ ಪಯಣದ ಗೊತ್ತು ....

ನಮ್ಮ ಒಳಗೆ ಇರುವ ಆಕೃತಿ...
ಇದನ್ನು ವರ್ಣಿಸಲು ಪದಗಳೇ ಇಲ್ಲ...
ಬದುಕಿನ ಅವಿಭಾಜ್ಯ ಅಂಗವಾಗಿ ಇದೆಯಲ್ಲ...
ಹುಟ್ಟಿದಾಗ ತಾಯಿಯ ನಿಷ್ಕಲ್ಮಶ ಪ್ರೀತಿ...

ತಂದೆ ತೋರಿಸುವ ಕಾಳಜಿಯ ಪ್ರೀತಿ...
ಸಹೋದರರ ನಡುವಿನ ಬಾಂಧವ್ಯದ ಪ್ರೇಮ...
ನೋವಾದ್ರೆ ಕಣ್ಣ ಕಂಬನಿಯ ಒರೆಸುವ ಸ್ನೇಹದ ಪ್ರೇಮ ...
ದೇಶದ ಕಾಪಾಡುವ ಸೈನಿಕರ ದೇಶಪ್ರೇಮ...

ಮಳೆ ಕಾಯುವ ರೈತರ ಪರಿಶ್ರಮ...
ವೈದ್ಯರು ಆರೋಗ್ಯದ ತೋರಿಸುವ ಕಾಳಜಿ...
ಇವೆಲ್ಲವೂ ಪ್ರೀತಿಯ ಮತ್ತೊಂದು ಮಜಲುಗಳು...
ಪ್ರೀತಿ ಅಂದ್ರೆ ಆಕರ್ಷಣೆ ಮಾತ್ರವಲ್ಲ...

ಎರಡು ಮನಸುಗಳ ಸಂಗಮಕ್ಕೆ ಕೊನೆಯಿಲ್ಲ...
ಎರಡು ದಿನದ ಪ್ರೀತಿಗಾಗಿ ಸಾಯುವುದೇ...
ನಿಸ್ವಾರ್ಥವಾಗಿ ಪ್ರೀತಿಸುವ ಹೆತ್ತವರ
ನೆನಪಾಗದೆ...

PRAJNYA PRABHU

Prajnya Prabhu is a writer from Mysuru. She is currently pursuing her Bcom in MMK SDM college, Mysuru. She writes poems, essays and articles on a variety of topics.

Yoga is a boon to mankind,
It's for every world citizen to bind.
It can be done by the young or old,
Whether the weather is warm or cold.
Long is the breath and clear is the mind,
No terrifying thoughts of any kind.
Learned is the master and learning is the student,
Divine postures and positions abundant.
Blessed is the soul, who does the Sun salutation,
For he is ready for fame and recognition.
Yoga refreshes the mind, body and soul
And keeps us away from the world of foul.

PRAVEEN KUMAR

I'm from Nagasamudra Village held in Shimoga district Bhadravathi taluk I'm professionally teacher writing is my hobby.

ನಾ ಜಗವ ಕಣ್ಬಿಟ್ಟು ನೋಡುವ ಮೊದಲೇ ನಿನ್ನ ಒಡಲೇ
ನನ್ನ ಕಣ್ಣಾಗಿತ್ತು
ಉಸಿರು ಅದರೊಳಗೆ ಬೆರೆತು ನನ್ನ ಶ್ವಾಸದ ಭಾಗವಾಗಿತ್ತು
ನನ್ನ ಅಂಗಾಂಗವೆಲ್ಲ ನಿನ್ನೊಳಗೆ ಬಂಧಿಸಿ ನನ್ನ ಪಾಲಿನ
ಸುಂದರ ಗೂಡಾಗಿತ್ತು

ನಾ ಸದ್ದು ಮಾಡಿದ ಅದೆಷ್ಟೋ ನೋವನ್ನು ನಿನ್ನೊಳಗೆ ನೀ
ಸಹಿಸಿರುವೆ ಆದರೂ ನೀ ನನ್ನ ಇಂದಿಗೂ ಮುದ್ದಾಡುವೆ
ಓ ಜನನಿ ನಿನ್ನ ಜನ್ಮವ ನಮ್ಮ ಒಳಿತಿಗಾಗಿಯೆ
ಮಿಸಲಿಟ್ಟಿರುವೆ ಅದಕ್ಕೆ ಪ್ರತಿಯಾಗಿ ಏನನ್ನೂ ಬಯಸದೆ
ಕೇವಲ ಚೂರು ಪ್ರೀತಿಗಾಗಿ ಹಂಬಲಿಸಿರುವೆ

ಕಾಣದ ದೇವನೆಲ್ಲಿರುವನೊ ಗೊತ್ತಿಲ್ಲ ಕಾಣುವ ನಿಜ ದೈವ
ನೀ ನಿನ್ನ ಋಣದ ಭಾರವ ತೀರಿಸಲು ಸಾಧ್ಯವಿಲ್ಲ ಈ
ಜನ್ಮದಲಿ ಸಾಧ್ಯವಾದರೆ ಮತ್ತೆ ಹುಟ್ಟಿ ಬರುವೆನು ನಿನ್ನ
ಗರ್ಭದಲಿ ನಿನ್ನ ಪ್ರೀತಿಯ ಸೇವಕನಾಗಿ

ತಾಯಿ ಎಂದರೆ ತೊಂದರೆಗಳ ದೂರ ಮಾಡುವ ದೇವತೆ
ಅವಳಿಗೆಲ್ಲಿದೆ ಸಾಟಿ ಸದಾ ಮನದಲ್ಲಿ ತುಂಬಿರುವುದು ಪ್ರೀತಿ
ಮತ್ತು ವಾತ್ಸಲ್ಯದ ಮಹಾದಾತ್ರಿ...

ಸಾವಿರಾರು ಚೆಲುವೆಯರು ಸಾಲುಗಟ್ಟಿ ನಿಂತರೂ
ಸಾಟಿಯಾಗಲಾರರು ನಿನ್ನ ಚೆಲುವಿಗೆ

ಸಾಲುತ್ತಿಲ್ಲ ನಿನ್ನ ಅಂದದ ವರ್ಣಿಸಲು ಸೋತು ಕೂತಿರುವೆ
ನಾ ಏನೂ ತಿಳಿಯದೆ ಚಂದಿರನೆ

ನಾಚುವ ನಿನ್ನ ನಯನದ ಸೆಳೆತಕೆ ತಾವರೆಯೇ
ತಲೆದೂಗಿಹುದು ನಿನ್ನ ಕೋಮಲ ಮೊಗಕೆ

ಬಾನಂಗಳದಿ ಹೊಳೆವ ನಕ್ಷತ್ರದಂತೆ ನಿನ್ನ ನಗುವು ಅದ
ನೋಡುತಲೆ ಕಳೆದೊಗಿಹೆನು ನನ್ನನ್ನೇ ನಾ ಮರೆತು...

RUCHITHA JAIN M N

Ruchitha Jain M N is a passionate writer and a graduate student. She is a state level orator and a Yakshagana artist. She feels immensely pleasured to be a part of this book.

ನೆಪಕ್ಕೆ ಅಂತ ನಮ್ಮ ಜೊತೆಗೆ ನಗೋಥರ ಇದ್ದು ಆಮೇಲೆ ನಾವ್ ಏನಾದ್ರಿ ಅನ್ನೊ ವಿಚಾರ ಮಾಡ್ದೇ ಇರೋ ನೂರು ಜನಕ್ಕಿಂತ,

ನೆನಪು ಮಾಡ್ಕೊಂಡು ನಮ್ಮನ್ನ ನೋಡಿದ ತಕ್ಷಣ ನಮ್ ಮನಸ್ಸು ಅರ್ಥ ಮಾಡ್ಕೊಂಡು ಮಾತಾಡ್ಸಿ ಸಮಾಧಾನ ಮಾಡೋ ಮೂರು ಜನ ಇದ್ರೆ ಸಾಕು ಅಲ್ವಾ....!

ಪ್ರೀತಿ ಕಾಳಜಿ ಅಂದ್ರೆ ಕೇವಲ ವಸ್ತುಗಳ ಉಡುಗೊರೆಯಲ್ಲಿ ಇರಲ್ಲ

ಮನದ ದುಗುಡ ದೂರಗೊಳಿಸುವ
ಮತ್ತೆ ಹೊಸ ಹರುಷವುಕ್ಕಿಸುವ ಎರಡು ಮಾತುಗಳಲ್ಲಿಯೂ ಇರಬಲ್ಲದು!.

ನಮ್ಮವರು ಯಾರು ಇಲ್ಲ,
 ಹತ್ತಿರವಿದ್ದವರೆಲ್ಲ ನಮ್ಮವರಲ್ಲ,
ಹತ್ತಿರದವರು ಎಂದು ಭಾವಿಸಿ ನಮ್ಮ ದುಃಖವ ಹಂಚಿ
ಬೀಟ್ಟೆನಲ್ಲ,

ಏನೇ ಬಂದರೂ ಏನೇ ಆದರೂ
ನಮ್ಮ ಬಳಿಯೇ ಹೇಳುವರು ಎಂದೇನಿಲ್ಲ
ಹಿಂದೆ ಹೋಗಿ ನುಡಿದು ಬಿಡುವರು ಎಲ್ಲಾ ಇವರು ಏಕೆ
ಗೋಳನ್ನು ಮಾತ್ರ ಹೇಳುತ್ತಾರಲ್ಲ,

ಅವರ ಕಷ್ಟದ ಕಥೆ ಕೇಳಿ ನಾವು ಅವರ ಕಣ್ಣೀರು ಒರೆಸಿದ್ದು
ನೆನಪು ಬರ್ಲೆ ಇಲ್ವಲ್ಲ,
ನಮ್ಮವರು ಇವರೆಲ್ಲ ಎಂದು
ಕಣ್ಣ ಮುಂದೆ ಇರುವ ಪರದೆಯ ಸರಿಸಿ
ಒಮ್ಮೆ ಸತ್ಯ ಅರಗಿಸಿ ಕೊಳ್ಳಬೇಕಲ್ಲ!.

RAGHAVENDRA C S

A passionate writer and a lecturer.

ಕನಸುಗಳ ಭ್ರಮೆಗಳನ್ನು ತುಂಬಿದಾಳಾಕೆ
ನಿರ್ಮಲ ಮನಸ್ಸಿನಲ್ಲಿ ಅಲೆಗಳನ್ನು ಕದಡುವಾಗೆ
ಮಾಡಿದಾಳಾಕೆ
ನಗುವ ತುಟಿಗಳನ್ನು ಮರೆಸಿದಾಳಾಕೆ ಅಳುವುದನ್ನು
ಕಲಿಸಿದಳಾಕೆ

ಹೃದಯವನ್ನು ಘಾಸಿಮಾಡಿದಳಾಕೆ ನನ್ನನ್ನು ನನ್ನ ಹಾಗೇ
ಬಿಡದ ಹಾಗೇ ಮಾಡಿ ನನ್ನ ತೊರೆದು ಹೋದಳಾಕೆ !
ಕನಸಾಗಿ ಕಾಡದೇ ನೆಪವಾಗಿ
ಕಾಡಿ ಕಾಡಿ ಕೊಲ್ಲುವಾಕೆ ! ಯಾರೀ ಮರೀಚಿಕೆ

ಗುಳಿ ಕೆನ್ನೆಯ ಹುಡುಗಿಯೂ ನೀನು
ನಿನ್ನನ್ನು ಸತಾಯಿಸುವ ಚೋರ ಹುಡುಗನು ನಾನು
ಬಡ ಬಡ ಮಾತನಾಡುವ ಮುಗ್ಧ ಮನಸ್ಸಿನ ಒಲುಮೆಯೂ
ನೀನು
ತುಂಟತನದ ಮಾತುಗಳನ್ನಾಡಿ ನಿನ್ನ ಕೆನ್ನೆ

ಕೆಂಪಾಗಿಸುವ ರಸಿಕನು ನಾನು
ಒಡಲಾಳದ ಬೇಗೆಯನ್ನು ತಣಿಸುವ ಚಿಲುಮೆಯೂ ನೀನು
ಜೇನ ಹನಿಯ ಮಕರಂದವನ್ನು ಹೀರುವ ದುಂಬಿಯೂ
ನಾನು

RAVEESH S G

Ravish s is a co-author, and pursuing his graduation in Bachelor of business administration. Along with his studies, he is active in film making and acted in two short films in Kannada called GHANATHE and CORONA and also done part of script work and cinematography for that, also interested in competitive exams and preparing for that.

ಓ ಮಾನವ,ಸಾಕು ಮಾಡು ಈ ನಿನ್ನ ಅತಿಕ್ರಮಣವ
ಸಾಕೆನ್ನುವಷ್ಟು ನೀಗಿಸಿಹೆನು ನಿನ್ನ ದಾಹವನ್ನು
ಇನ್ನೆಷ್ಟು ಮಾಡಲಿ ಹೇಳು,ನಿನಗೆ ದಾನವ
ಓ ಮಾನವ, ಸಾಕುಮಾಡು ಈ ನಿನ್ನ ಅತಿಕ್ರಮಣವ

ನಿನ್ನ ಜನುಮ ಸಾರ್ಥಕವೆಂದು ಜಗಕ್ಕೆಲ್ಲಾ ಸಾರಿದೆ
ಆದರೆ, ಸಾರ್ಥಕತೆಯ ಅರ್ಥವನ್ನು ನೀನೆ ಮರೆತು ಹೋದೆ
ಇದನ್ನು ಕೂಡ ಸಹಿಸಿ ನಾ ನಿನ್ನನ್ನು ಒಲಿದೆ
ಓ ಮಾನವ, ಸಾಕುಮಾಡು ಈ ನಿನ್ನ ಆಟವ

ಪರಮಾತ್ಮನ ಇಚ್ಛೆಯಂತೆ, ಶಕ್ತಿಯೂ ಪಡೆದೆ,ಯುಕ್ತಿಯೂ ಪಡೆದೆ
ಇದರ ಕ್ರಮದಂತೆ ಕಂದಿದೆಲ್ಲಾ ಪಡೆದೆ

ಆದರೆ ಇದರಿಂದ ನಮಗಾಗುತ್ತಿರುವ ನೂವನ್ನು ತಿಳಿಯದೆ ಮುಂದೆ ಸಾಗಿದೆ
ಓ ಮಾನವ, ಇನ್ನಾದರೂ ಸಾಕುಮಾಡು ಈ ನಿನ್ನ ಮೂಹವ

ಹೇಯ್ ಕೊರೋನಾ, ಹೇಯ್ ಕೊರೋನಾ
ನೀ ಮಾಡಿದ್ದು, ಇದು ಸರಿಯೇನಾ?

ಯಾವುದೋ ಒಂದು ಭಾಗದಲ್ಲಿ, ಹುಟ್ಟಿಕೊಂಡೆ ನೀನು
ಇತರೆ ಭಾಗಗಳಿಗು, ಹರಡಿದ್ದು ಸರಿಯೇನು?

ಹೇಯ್ ಕೊರೋನಾ, ಹೇಯ್ ಕೊರೋನಾ
ನೀ ಮಾಡಿದ್ದು, ಇದು ಸರಿಯೇನಾ?

ಜನರ ಮೇಲೆ ಯೇಕೆ, ನಿನ್ನ ಇಷ್ಟು ದ್ವೇಷ
ಹ್ಹಾ ಆದರೂನು, ಕಳೆಯುತ್ತಿದೆ ನಮ್ಮ ಜನರ ವೇಷ

ಹೇಯ್ ಕೊರೋನಾ, ಹೇಯ್ ಕೊರೋನಾ
ನೀ ಮಾಡಿದ್ದು, ಇದು ಸರಿಯೇನಾ?

ಹೆಮ್ಮಾರಿಯಾಗಿ ಬಂದೆ, ಜನರಿಗೆ ಸಾವು ತಂದೆ
ಒಂದು ರೀತಿಯಲ್ಲ, ನಿಸರ್ಗಕ್ಕೆ ನೆಮ್ಮದಿ ತಂದೆ

ಹೇಯ್ ಕೊರೋನಾ, ಹೇಯ್ ಕೊರೋನಾ
ನೀ ಮಾಡಿದ್ದು, ಇದು ಸರಿಯೇನಾ?

ಸಾಕು ನಿಲ್ಲಿಸು,ನಿನ್ನ ಆಟವನ್ನು
ನೀ ಬಂದು ಕಲಿಸಿದ, ಒಳ್ಳೆ ಪಾಠವನ್ನು

ಹೇಯ್ ಕೊರೋನಾ, ಹೇಯ್ ಕೊರೋನಾ
ನೀ ಮಾಡಿದ್ದು, ಇದು ಸರಿಯೇನಾ?

SREE SANDHYA.K

I am a hobby writer. Willing to put truth of life in few lines. Also, an entrepreneur.

ಸತ್ಯವನ್ನು ಗೆದ್ದು ಹರಿಶ್ಚಂದ್ರ ಸತ್ಯ ಹರಿಶ್ಚಂದ್ರನಾದ
ಧರ್ಮವ ಪಾಲಿಸಿ ಯುಧಿಷ್ಠಿರ ಧರ್ಮರಾಯನಾದ

ಕರ್ಮವನ್ನು ಪಾಲಿಸಿ ಅರ್ಜುನ ಕರ್ಮಯೋಗಿಯಾದ
ಸತ್ಯ ಧರ್ಮ ನಿಷ್ಠೆಯಿಂದ ಶ್ರೀರಾಮ ಪುರುಷೋತ್ತಮನಾದ

ಕಪಟನಾಟಕ ಸೂತ್ರಧಾರಿ ಕೃಷ್ಣಜಗದೊಡೆಯನಾದ
ಅವರವರ ನಿಷ್ಠೆಯ ಫಲವಿದು

ಅದೇ,

ದುರಹಂಕಾರದಿಂದ ದುರ್ಯೋಧನ ದುರಾತ್ಮನಾದ
ದುರುಳತನದಿಂದ ದುಶ್ಯಾಸನ ದುಷ್ಟನಾದ

ಪುತ್ರವ್ಯಾಮೋಹದಿಂದ ಧೃತರಾಷ್ಟ್ರ ಧರ್ಮದ್ರೋಹಿಯಾದ
ಪತಿಮೋಹದಿಂದ ಗಾಂಧಾರಿ ಅಂಧಳಾದಳು

ಸ್ತ್ರೀ ಮೋಹದಿಂದ ಶಂತನು ಮತ್ತು ಪಾಂಡು
ಇತಿಹಾಸ ಸೇರಿದರು

ನಮ್ಮ ಜೀವನದ ಹಾದಿ ಎಷ್ಟೇ ಕಷ್ಟವಾದರು
ಸನ್ಮಾರ್ಗದಲ್ಲಿ ನಡೆಯುವುದೇ ನಮ್ಮ ಆತ್ಮೋದ್ಧಾರಕ್ಕೆ ನಾಂದಿ

ಸಾಗರದ ಮಧ್ಯದಲಿದ್ದರೂ ಬಾಯಾರಿಕೆ ತೀರಲಿಲ್ಲ
ಕಡಲಾಳಕ್ಕಿಳಿದರು ಮುತ್ತು ದೊರಕಲಿಲ್ಲ
ಆಕಾಶಕ್ಕೆ ಹಾರಿದರೂ ಮಿನುಗುವ ತಾರೆ ಎಟುಕಲಿಲ್ಲ
ಅರಿಯದ ದಾರಿಯಲಿ ಒಂಟಿ ಪಯಣಿಗನಾನಾದೆನಲ್ಲ

ಭಾವನೆಗಳ ಭಾರ ಬಿಡುತ್ತಿಲ್ಲ ,
ಕಣ್ಣೀರಧಾರೆ ನಿಲ್ಲುತ್ತಿಲ್ಲ
ಮನಸಿನ ದುಗುಡ ಹರಿಯುತ್ತಿಲ್ಲ
ದಾರಿ ಎಲ್ಲಿಗೋ ಕಾಣುತ್ತಿಲ್ಲ

ಕನಸು ಕಾಣಲು ಕಣ್ ರೆಪ್ಪೆ ಮುಚ್ಚಲಿಲ್ಲ
ಕಾಡುವ ಚಿಂತೆಗೆ ಮನ ನೊಂದಿತಲ್ಲ

ಜೀವನದ ಹುಡುಕಾಟದಲ್ಲಿ
ಜೀವನವೇ ಕಳೆದು ಹೋಯಿತು
ನೆಮ್ಮದಿಯ ಹುಡುಕಾಟದಲಿ
ನಾ ನಿರುವುದೇ ಮರೆತು ಹೋಯಿತು

ಬಯಸಿದ್ದು ಸಿಗದೆಂಬ ಸತ್ಯವನಾನರಿತೆ
ಅಷ್ಟರಲ್ಲಿ ಜೀವನವಾಯಿತು ಮುಗಿದ ಕಥೆ
ಹೌದು... ಇರುವುದೆಲ್ಲವ ಬಿಟ್ಟು
ಇರದುದರೆಡೆಗೆ ನಡೆವುದೇ ಜೀವನ...

SHRITHA

Shritha Prasad is currently pursuing her final year BBA in Bangalore.Her love for Kannada language has made her want to do something for it.

Stand-up comedian Gangavathi Pranesh has always been her inspiration and her role model for her to develop such an interest.
She started to express her views, thoughts and opinions in Kannada at the age of 15 in the year 2014.

From then on nothing has stopped her from writing and she never looked back too.
It was in the year 2018 where few words hit her mind and she started to pen those down.

Since then she has more than 300 poems to her credit. She also has a couple of essays too.
She not only writes but even sings too. She's a trained Carnatic classical singer and has learnt her music from Vidushi Smt.Bhamini Nagaraj and Vidushi Smt Parimala. She also has given a few stage shows.

Her other hobbies include reading Kannada novels, Kannada newspaper's and learn new songs.

ಸಂಚಾರಿಯ ಖಾಲಿ ಹಾದಿಯಲ್ಲಿ ಬಿಳಿಯ ಹಾಳೆಯ ಹಿಡಿದು ನಿಂತಿರಲು ನಾನು,
ಬರೆಯಲಿ ಪ್ರೀತಿ ಬರಹವ , ಬರೆದು ಆಗಲಿ ಈ ಪ್ರೇಮ ಗ್ರಂಥ
ಹೇಗೆ ಬಣ್ಣಿಸಲಿ ಪದಗಳಲಿ ,
ನೀ ತೋರಿದ ಮುಗ್ಧ ಪ್ರೀತಿಯನು
ಹೇಗೆ ಚಿತ್ರಿಸಲಿ ನೀ ಇಲ್ಲದ ಘಳಿಗೆಯೆ ನನ್ನ ಅಸ್ತಿತ್ವ ನಾ ಮರೆತ ಭಾವನೆಯನ್ನು;

ಬರೆಯುವೆ ಕಂಡ ಖುಷಿಯ ಕ್ಷಣಗಳ ಅದ್ಭುತ ತರಂಗಗಳ ಬಗ್ಗೆ
ಗೀಚುವೆ ಸ್ಪರ್ಶ ಸುಖದ ರೋಮಾಂಚನ,
ಆಲಿಂಗನದ ಬಗ್ಗೆ ಬಣ್ಣಿಸುವೆ ನೀ ಇಲ್ಲದಾದಾಗ ಭಾರ ಹೃದಯದ ತರಂಗಗಳ ಬಗ್ಗೆ
ತಿದ್ದಿ ಬರೆಯುವೆ ನಾ ಕಲಿತ ಪಾಠವ ಜೀವನ ಹೇಳಿಕೊಟ್ಟ ಹಾಗೆ;

ನಿನ್ನ ಬಗ್ಗೆ ಬರೆದ ಹಾಗೆ ಬರೆಯುತ್ತಾ ಹೋದರೆ, ನಾ ಕಂಡ ವ್ಯಕ್ತಿಗಳ ಬಗ್ಗೆ
ನೂರಾರು ಮುಖಗಳು, ಸಾವಿರಾರು ಆಲೋಚನೆಗಳು ; ಎಲ್ಲಿ ಕಂಡರೂ ಪ್ರೀತಿ ಒಂದೇ,
ನನ್ನದೇ ಹಾಳೆಯಲ್ಲಿ ನಾನೇ ಬರೆದೆ ನನ್ನ ಜೀವನದ ಆಗು-ಹೋಗುಗಳ ಬಗ್ಗೆ
ಯಾರೂ ಕೇಳದ ಮಾತು,ನೋಡದ ನಗು ಗಮನಿಸದ ಅಳು ಸಹ ಇವೆ ಜೊತೆಯಲ್ಲಿ ಅದರೊಳು;

ಓದಬೇಡಿ ಯಾರು ದಯವಿಟ್ಟು, ಇದು ನನ್ನ ಅಂತರಂಗದಲ್ಲಿ ನಾನೇ ಕಂಡುಕೊಂಡ ಒಂದು ಪುಟ್ಟ ಶೋಧನೆ
ತುಂಬಿಸುವೆ ಈ ಹಾಳೆಯಾ ಈ ಸಂಚಾರದಲ್ಲಿ
ಮನ: ತೃಪ್ತಿ ಆಗುವವರೆಗೂ
ಉಸಿರು ಸಾಕೇನುವವರೆಗೂ;

ನಾ ನೋಡಿದ ಮೊದಲ ವ್ಯಕ್ತಿ
ನಾ ಮಲಗಿದ ಮೊದಲ ಹೆಗಲು
ನಾ ಕೇಳಿದ ಮೊದಲ ತೊದಲು ಪದ
ಕೇಳು ಈಗಲೇ ಕೂಗಿ ಕರೆಯುವೆ ....ಅಪ್ಪ..!

ನಡೆಯುವಾಗ ಹೆದರದಿರಿ ಎಂಬ ನಿನ್ನ ಕೈ ಸ್ಪರ್ಶ
ಹೆದರುವಾಗ ಧೈರ್ಯ ತುಂಬುವ ನಿನ್ನ ಗಡಸು ಧ್ವನಿ
ಅಪ್ಪುಗೆಯಲ್ಲಿ ಮುಖಕ್ಕೆ ಚುಚ್ಚುವ ಆ ಚುರುಕು ಮೀಸೆ
ಮತ್ತೆ ಅನುಭವಿಸಬೇಕಿದೆ
ಕೇಳು ಈಗಲೇ ...ಕೂಗಿ ಕರೆಯುವೆ.....ಅಪ್ಪ...!

ಪ್ರೀತಿ ಹೇಳಿ ನಗುವ ಕಲಿಸಿದೆ
ನೋವ ಮರೆದೆ ಖುಷಿಯ ಹಂಚಿದ
ತಪ್ಪಾ ಕ್ಷಮಿಸಿ ದಾರಿ ತೋರುವ
ಮಾತನಾಡಬೇಕು ನಿನ್ನೊಂದಿಗೆ
ಕರೆವ ಕೂಗಿಗೆ ನಿಂತಲೇ ಬಂದುಬಿಡು ನಾ ಇದ್ದಲ್ಲಿಗೆ.....ಅಪ್ಪ..!

ನಿನ್ನ ನೆನಪು ಜೀವಂತ ಸದಾ ನನ್ನಲೇ
ನೀ ನನ್ನ ಉಸಿರಾಗಿ ಬೆಲೆವೆ ನಾ. ನೀ ಅಂದುಕೊಂಡ ಹಾಗೆ
ಮಾತನಾಡಲು ಬಹಳಷ್ಟಿದೆ ನಿನ್ನೊಂದಿಗೆ
ಕೂಗಿ ಕರೆಯುವೇ ಮತ್ತೊಮ್ಮೆ...ಎಲ್ಲಿದ್ದರೂ ಬಂದುಬಿಡು
ಸುಮ್ಮನೆ
ಎಷ್ಟೇ ಆದರೂ ನಾ ನಿನ್ನ ಕೂಸು ತಾನೇ ಅಪ್ಪ..!

SACHIN

Sachin's pen name is 'Anasne', an engineer graduate and works as a bank employee.
His hobbies includes reading novels, eriting poetry, reading short stories.
He writes about love, especially about his dream girl.

ಅಮವಾಸ್ಯೆಯಂದು ಮಾಯವಾಗುವ ಚಂದ್ರನ
ಹೋಲಿಕೆಯೇಕೆ
ಕಾರ್ಮೋಡ ಕವಿಯಲು ಕಣ್ಮರೆಯಾಗುವ ತಾರೆಗಳ
ಸಾಮ್ಯತೆಯೇಕೆ
ನಾನೆಂದೂ ಕಾಣದ ಅಪ್ಸರೆಯ ಚೆಲುವೂ ಸಾಟಿಯಾಗದು
ನಿನ್ನಂದಕೆ

ಕಮಲದಂತೆ ಅರಳಿರುವ ಮುಖದಲ್ಲಿ ಅಸುರನೂ
ಮರುಳಾಗುವಂತ ಮಂದಹಾಸ
ನಿನ್ನಂತೆ ಯಾರೂ ಸೆಳೆದಿಲ್ಲ ನನ್ನ ಕಂಗಳಲ್ಲ ಅವು
ಆಯಸ್ಕಾಂತದ ಚೂರುಗಳಂತೆ ಭಾಸ
ನಿತ್ಯಹರಿದ್ವರ್ಣ ಕಾಡಿನಂತಿರುವ ದಟ್ಟ ಕೇಶರಾಶಿಯ
ಕಾಣಲು ಮನಸಿಗೇನೋ ಉಲ್ಲಾಸ

ದುಂಬಿ ಮಧುವ ಹೀರಲು ಸಿದ್ಧವಾಗಿಹ ಸುಮದಂತಿರುವ
ಅಧರಗಳ ಸೊಬಗು
ಬಿಂದಿಗೆಯ ಮೈಮಾಟಕ್ಕೂ ಸವಾಲೊಡ್ಡಿದಂತೆ ಬಳುಕುತಿಹ
ನಡುವಿನ ಬೆರುಗು
ಒಲವಿನ ದಾಸನ ಕವನಗಳ ಅರ್ಪಣೆ ನನ್ನ ಪ್ರೀತಿ ದೇವತೆಯ
ಪಾದದಡಿಗೆ ಮೆರುಗು

SUSHMITA MINAJAGI

I am a engineering student and I have been writing since i was in 8th standard and I am happy that it's been 8 years for my writing and i have believed that next to worst part of life will be best

ಹಸಿರು ರವಿಕೆ ಬಣ್ಣವ ಉಟ್ಟಂತೆ,
ಪ್ರಕೃತಿ ಮಾತೆಯು ಮುಂಜಾವಿನ ಮಂಜು ಕಂಡು
ಬಣ್ಣ ಬಣ್ಣದ ಹೂಗಳ ಮುಡಿಯಲ್ಲಿ ತೊಟ್ಟಂತೆ,
ಮೂಡಣದಿ ರವಿಯ ಬರುವಿಕೆಯ ಕಾತುರದಿ
ನೋಡುತಿಹಳು

ಸಂಜೆಯ ಸಮಯದಿ,
ಪಡುವಣದಿ ನೇಸರನು ಹೋಗುವ
ಮುನ್ನ ಕೆಂಪು ಬಿಂದಿಯ ಇಟ್ಟಂತೆ
ಮಳೆರಾಯನ ಕಂಡು ಸಂತಸದಿ ನಲಿದಂತೆ,
ಭೋರ್ಗರೆದು ಹರಿಯುತ್ತಿರುವ ನೀರಿನಲ್ಲಿ
ಆಟವಾಡಿದಂತೆ ತೋರುತ್ತಿದೆ ನಿನ್ನ ಸೌಂದರ್ಯವೂ

SHIVA KUMAR M

Shiv, is a resident of Bengaluru, my focus is in the area of bringing a optimistic views in all and realising all about the believes in their life about themselves. I'm a travel freak and have travelled various places across my state Karnataka.

One who always stays with the ones believed.
Never underestimates the ones around.
Chases the mistakes to give it a fear,
Erases the disbelief being a humble dear.

Gifts all with emotions for life
Expects betterness in evryones life.
Always stays the next to the fullest
Gives a confidence to be the best
.
Slows down the pace of negativity
Gives away immense positivity.
Celebrations are the origin from wishes and prayers,
Reminds all children of holy love and affection with cheers.

Can stand up against the crime, meanwhile can also feed care and concern with rhyme.
A girl,a wife,a mother,a grandmother ,a women ,a wellwisher and so on yet evrything has a common name to be referred'She'.

Found her unexpectedly, never thought she would be so friendly.
Gave her time to listen, understood the intention of my vision.

Shared her life stories, gave a hope to end the series of worries.
Heaven on earth is a belief, her presence in my life gave a huge relief.

Unknown turned to better knowns, finally I am proud to say myself she owns.
Why not a girl be a better friend to a boy, question recieved it's answer yes why not with her prsence in life of a old boy.

SUNILKUMAR Y GANGUR

Sunilkumar Y Gangur is a Co-author and student by designation who is pursuing his graduation in Bachelor of Science.

He started to write when he was in 15 year old and the passion continued, as of now he has written about 150+ poems, he mostly writes about love , self love, friendship, motivated lines and life thoughts.

He has an audience of about 800+ people on Instagram @midida_mana and most of his poems are related by all of them.

ಪ್ರಗತಿ ನೋಡಿ ಆಗಮಿಸಿದವರೆ?
ಅಥವಾ
ನಿಮ್ಮ ಪ್ರಗತಿಗಾಗಿ ನಿನ್ನ ಜೋಡಿ ಶ್ರಮಿಸಿದವರಿ?

ಹಣ ನೋಡಿ ಹಗೆಯಕ್ಕಿಳಿಯದವರೆ?
ಅಥವಾ
ನಿಮ್ಮ ಗುಣ ನೋಡಿ ಹೆಗಲು ಕೊಟ್ಟವರೆ?

ಪರಿಸ್ಥಿತಿ ನೋಡಿ ಪ್ರೀತಿಸುದವರೆ?
ಅಥವಾ
ನಿಮ್ಮ ಮನಸ್ಥಿತಿ ನೋಡಿ ಪ್ರೀತಿಸಿದವರೆ?
ಸಂಪಾದನೆ ನೋಡಿ ಸಂಬಂಧಕ್ಕಿಳಿದವರೆ?
ಅಥವಾ
ನಿಮ್ಮ ಸಂಸ್ಕಾರ ನೋಡಿ ಸಂಬಂಧಕ್ಕಿಳಿದವರೆ?

ಸಂತಸದಲ್ಲಿ ಮಾತ್ರ ಭಾಗಿಯಾದವರೆ?
ಅಥವಾ
ನಿಮ್ಮ ಸಂತಸ-ದುಃಖಗಳೆರಡರಲ್ಲೂ ಭಾಗಿಯಾದವರೆ?

ನೀ ದುಃಖದಲ್ಲಿದ್ದಾಗ ದೂರವಿದ್ದವರೆ?
ಅಥವಾ
ನೀ ಸಂಕಷ್ಟದ್ದಾಗ ಸಹಾಯಕ್ಕಾದವರ?

ನ್ಯಾಯದ ನಾಮ
ಅನ್ಯಾಯದ ಅಧಿಕಾರ.

ಕೊಲೆಗಾರನಿಗಿರುವ ಬೆಲೆ ಕಲೆಗಾರನಿಗಿಲ್ಲ
ಚಿನ್ನಕ್ಕಿರುವ ಬೆಲೆ ಅನ್ನಕ್ಕಿಲ್ಲ.

ನೀಚರಿಗಿರುವ ಬೆಲೆ ನಿಷ್ಠಾವಂತರಿಗಿಲ್ಲ
ಕಾಮಕ್ಕಿರುವ ಬೆಲೆ ಪ್ರೇಮಕ್ಕಿಲ್ಲ.

ಕಾಯಿಸುವವನಿಗಿರುವ ಬೆಲೆ
ಕೊನೆಯವರೆಗೂ ಕಾಯುವವರಿಗಿಲ್ಲ.

ಆಗ ದೇವರೇ ನೀನೆ ಎಲ್ಲಾ ಎಂದು ಜಪಿಸುತ್ತಿದ್ದವರು
ಈಗ ನಾನೇ ಎಲ್ಲಾ ಎಂದು ಗರ್ಜಿಸುತ್ತಿದ್ದಾರೆ.

SWATHI SHASTRY

Currently pursuing engineering in electrical stream
Aiming high of writing a book about the goddess of my life.
Getting featured here is a step closer to my dream!

The sweetness in your smile,
Is what I crave to survive;
Come back to me,my charm,
I promise to cherish you to the core!

I'm just a phone call away,
To deal with your mood swings;
Come back to me,my charm,
I promise to cherish you to the core!

Throw away that toxicity in life,
Let's build our empire and live like the kings;
Come back to me,my charm,
I promise to cherish you to the core!

On a cloudy day,forget everything,
Let's keep staring with love;not uttering a word,
Come back to me,my charm
I promise to cherish you to the core!

If nothing is exciting to you right now
Baby, just hold on;
He has better plans than your dreams!

If all your plans playing with you
Baby, just hold on;
He has better plans than your dreams!

If toxic people never thinking of leaving you
Baby, just hold on;
He has better plans than your dreams!

If everything is going alright, yet nothing is alright
Baby, just hold on;
He has better plans than your dreams!

If people you love not treating you better;
Baby, just hold on;
He has better plans than your dreams!

If your career has too many ups and downs;
Baby,just hold on;
He has better plans than your dreams!

Do nothing; but just hold on!

SHRI KIRAN P BENAKA BENAKANALA

Shri Kiran is from Benakanala. He is a B.Sc graduate and a passionate writer.

ಮಾತು ಮುತ್ತಿನಂತಿರಲಿ
ಮಾತೆ ಮೃತ್ಯು ಆಗದಿರಲಿ
ಮಾತಿಗಿಂತ ಪ್ರಯತ್ನವಿರಲಿ
ಜೊತೆಗೆ ಸಾಧಿಸುವ ತುಡಿತವಿರಲಿ.|

ಸುಳ್ಳು ಮಾತುಗಳಾಡದಿರಲಿ
ಪರರಿಗದು ಮುಳ್ಳಾಗದಿರಲಿ
ಮಾತು ಮನೆ ಮನ ಕೆಡಿಸದಿರಲಿ
ಉರಿಯೋ ಬೆಂಕಿಗೆ ತುಪ್ಪ ಸುರಿಯದಂತೆ
ಇರಲಿ. |

ಮಾತಿನಲ್ಲಿ ನಯ ವಿನಯವಿರಲಿ
ಸ್ನೇಹ ಪ್ರೀತಿ ತುಂಬಿ ತುಳುಕಿರಲಿ
ಮಾತು ಮೌನ,ಮೌನ ಮಾತಾಗಿರಲಿ
ಬರೀ ಮಾತೆ ಜೀವನವಾಗದಿರಲಿ. |

ವ್ಯರ್ಥ ಹುಚ್ಚು ಮಾತುಗಳಾಡದಿರಲಿ
ಮಾತಿನಲ್ಲೇ ಮಂಟಪ ಕಟ್ಟದಿರಲಿ
ಧ್ವೇಷ, ಅಸೂಯೆ ಮಾತುಗಳಾಡದಿರಲಿ
ಅನ್ಯರಿಗೆ ಕೇಡು ವಂಚನೆ ಬಯಸದಿರಲಿ. |

ಎಂದಿಗೂ ಚುಚ್ಚು ಮಾತುಗಳಾಡದಿರಲಿ
ಪರರ ಚುಚ್ಚು ಮಾತುಗಳಿಗೆ ಕಿವಿಗೊಡದಿರಲಿ
ಟೊಳ್ಳು ಬಣ್ಣ ಬಣ್ಣದ ಮಾತುಗಳಾಡದಿರಲಿ
ಆ ಬಣ್ಣದ ಮಾತುಗಳಿಗೆ ಮರುಳಾಗದಿರಲಿ. |

ಮಾತಿಗೂ ಮುನ್ನ ತಾಳ್ಮೆ ಯೋಚನೆ ಇರಲಿ
ಮಾತನಾಡಿದರೆ ಜಗವು ಮೆಚ್ಚುವಂತಿರಲಿ
ಮಂದಹಾಸದ ಮುಗುಳ್ನಗೆ ಬೀರುವಂತಿರಲಿ
ಇತರರಿಗದು ಸ್ಪೂರ್ತಿ ನೀಡುವಂತಿರಲಿ. |

ನನ್ನ ಕನಸಿನ ಭಾರತದಲಿ
ಇರಬೇಕು ಸರ್ವರು ಜಾತಿ ಧರ್ಮ
ಭೇದವ ಮರೆತು ಕೂಡಿ ಎಲ್ಲರೂ ಬಾಳುತಲಿ. | ಮೇಲು
ಕೀಳು ಕಿತ್ತೊಗೆಯುತ
ಬಡವ ಬಲ್ಲಿದವೆಂದು ಬೇದ
ಮಾಡದೆ ಬಾಳಬೇಕು ಸಮಾನತೆಯ ಸಾರುತ. |

ಹಸಿದವನಿಗೆ ಅನ್ನ ಹಾಕಿ
ನೆಲೆ ಇಲ್ಲದವನಿಗೆ ಆಶ್ರಯ
ನೀಡಿ ದನಿದವನಿಗೆ ಗುಟುಕು ನೀರು ಕೊಡುತ. | ಕಲಿಯ
ಬೇಕು ಎಲ್ಲರೂ ಶಿಕ್ಷಣ
ಕಲಿತು ತೊಲಗಿಸಬೇಕು ಅಜ್ಞಾನ
ಅಜ್ಞಾನ ತೊಲಗಿಸಿ ಸುಜ್ಞಾನದಿ ನಡೆಯಬೇಕು. |

ತೊಲಗಿಸಬೇಕು ಬಡತನ
ಓಡಿಸಬೇಕು ನಿರುದ್ಯೋಗ
ಸಿಗಬೇಕು ಎಲ್ಲರಿಗೂ ಸಮಾನ ಉದ್ಯೋಗ. | ಅಳಿಸಬೇಕು
ವೃದ್ಧಾಶ್ರಮಗಳ
ಮಕ್ಕಳು ರಕ್ಷಣೆ ಮಾಡಬೇಕು
ತಮಗೆ ಜನ್ಮ ಕೊಟ್ಟ ಪ್ರೀತಿಯ ತಂದೆ ತಾಯಿಗಳ. |

ನಿಲ್ಲಬೇಕು ಭ್ರಷ್ಟಾಚಾರ, ಅತ್ಯಾಚಾರ
ಪಾಲಿಸಬೇಕು ಎಲ್ಲರೂ ಶಿಷ್ಟಾಚಾರ
ಪಾಲಿಸುತ ಮಾಡಬಾರದು ಅನಾಚಾರ. |
ನಾವೆಲ್ಲ ಭಾರತೀಯರು, ಒಟ್ಟಿಗೆ ಬಾಳೋಣ
ಬಾಳುತ ಎಲ್ಲರೂ ದೇಶ ಸೇವೆ ಮಾಡೋಣ
ಮಾಡುತ ದೇಶದ ಏಳಿಗೆಗೆ ಶ್ರಮಿಸಿ ಸದೃಡ ದೇಶವ
ಕಟ್ಟೋಣ. |

SHAMA D

Shama D is a student currently pursuing a Bachelor's degree in law. She has been an amateur writer for the past decade, experimenting with different styles of poetry, as well as short stories and novelettes. She has previously co-authored a published poetry book and typically spends her time as a dedicated bibliophile.

I wonder if dying hurts
Will my breathing turn shallow and painful
Or will it pass in a sigh, unheard amidst the breezy twilight
Will my arms ache and feel heavy;
Will I shut my eyes as I drift to sleep?
Is death what I imagine it to be,
Or is something simpler, or much worse?

I wonder if I will have anyone by my side
As I fade into the unknown alone
Will my lifeless body be welcomed with tears afresh,
Or will it decay underneath an unmarked grave?
Will I be remembered for who I was and what I did,
Or will I be resented for being a foe, a villainess in someone's life?

I wonder if I have a chance to be reborn
A possibility to live another life free of regrets
Or do I pass on to nothingness, the empty;
Forced to tread alone within the void?
But perhaps death will not be the end I imagine
For it might be an eternity, yet the one I desire
An eternity of euphoria, basking in the warmth of serenity
For death remains no longer a mystery

A frenzy of demented laughter resonates
Driving her away, huddled up in the shadows
An ominous shadow slithering in her wake
Purring “Don’t be scared”
The faint footfalls approach steadily
Whispering hypnotically
“I am your mother, honey
and mother knows best”

The silhouette draws near, unfaltering
Cold phantoms shrouding the sinister shade
A voice calls out, “You are young and naive”
The Siren beckoning its prey
“Let me help you drive all your demons away”
Says the wicked voice

Scampering across the floors of the Beast’s lair
She tries to hide but falls prey
To the eerie gloom that lurks over her
With a face that was once human
The ghost of eyes that were once kind
But now pitch black, filled with malice
She lays captured, trapped in the claws
Of her darkest nightmare

TARUN VISHWAJITH

Tarun is a writer he is fond on cinematography and a writer, he dreams to be a published writer and a video maker.
He is from Gowribidanuru.

ತರುಣ, ಮುದ್ದಾದ ನನ ಅಣ್ಣಾ, ಆರ್ಯನು ತೆರೆಯುತಿಯನು
ತನ್ನ ನಯನ.
ತಾರೆಗಳೆಲ್ಲ ಮರೆಯಾಗಿ, ತಮವೆಲ್ಲ ಬೆಳಕಾಗಿ,
ಶರವೇಗದಲ್ಲಿ ನುಗ್ಗಿದೆ ರವಿಯ ರಥ ಕಿರಣ.
ಅಜ್ಞಾನದ ಎದೆಗೆ, ಮೃತ್ಯು ಬಾಣವ ಹೂಡಿ,
ಝೇಂಕಾರಧ್ವಿ ಬಿಟ್ಟ ರಾಮ.
ಅನ್ಯಾಯಾಕ್ರಮಗಳನು, ಧ್ವಂಸ ಮಾಡಿದನೆಂದ,
ಆ ಶೂರ ರವಿಶಿಷ್ಯ , ರಾಮಭಂಟ ಹನುಮ.

ನಿಶಾಚರಗಳು ಮಲಗಿ, ಕೋಗಿಲೆಗಳು ಕೂಗಿ, ಮುಗುಳ್ನಗೆಯ
ಸೂಸಿ-ಮರೆಯಾಗಿರಲು ಎಳೆಮಗುವಿನಗೆ!
ಚಿತ್ತದಿದಿರೊಂದು,ಗುಡಿಮಾಡಿತ್ತು ಕೂಸು,
ಎಳೆನಗೆಯ ಚೆಲ್ಲಿತೆನಗೆ.
ಯುವಕರೆ ಆಲಿಸಿ, ದೇಶವಮುನ್ನಡೆಸಿ,
ದ್ವೇಶ-ಅಸೂಯೆಗಳಿಲ್ಲಿಗೆ ಸಾಕು.
ಈ ಜೀವದರಳು, ಅರಳುವಾತನಕ,
ಅರಳರಳಿಸಿ ನಗುವ ಚೆಲ್ಲಬೇಕು

ಯಾವಾಗಲೊ ಗಂಟೆ, ಮಾಡುವುದು ತಂಟೆ,
ಎದ್ದೇಳಿ ಧರಿಸು ಹೂಸ ಬಟ್ಟೆ.
ಹೊಸದಾಗಲೀಗ, ನೆರೆಯವರ ಮನದಂಗಳಕೆ
ಕೊಡಿಸಿ ಹೊಸ ಬಟ್ಟೆ.
ದೇಹದ ಕಾಯಕೆ ಕರ್ಮವಿಹುದು ,
ಮೃತ್ಯು ಬಂದೀತು ಕ್ಷಣಗಳುರಳಿ.
ಮಡಿದವರು ಮರಳಿ ಬರುವರೆ,
ಹಾದಿಇಲ್ಲ , ಅವರು ಮರಳಿ ಬರಲು ನಮ್ಮ ಬಳಿ .

ಕಡಲಾಳದಲ್ಲಿ ಮುತ್ತು ರತ್ನಗಳಿಹವು,
ಗಗನದಂಚಲಿ ಮೋಡಗಳಿಹವು,
ಗಿಡವಾಗುವುದೆ ಮರವು ಮರಳಿ.
ಕಳೆಯುತಿರಲು ಮುಪ್ಪಿನ ಚಿಂತ ಸಮುದ್ರವು,
ಮನುವು ಮಗುವಾಗುವನೆ ಹೇಳಿ.....................

R S TIMMIAH GOWDIHALLI

R.S Thimmiah Gowdihalli is the Best Teacher award winner, from Chitradurga, also written the anthologies by name RASHMI and SOWJANYA ILLADA MELE.

ಇವರು ನಕಲಿತನದ ನೆಂಟಸ್ತಿಕೆಯಲಿ
ನೈಜತೆಯ ಮರೆತವರು,
ವೈಭವದ ಆಡಂಬರದಲಿ
ಸರಳತೆಯ ತೊರೆದವರು,

ಪದೇಪದೇಕೋಪಿಸಿಕೊಳ್ಳುತ್ತ
ವ್ಯಕ್ತಿತ್ವ ವನೇ ಮಾರಿದವರು
ಗಿಲೀಟಿನಾಟಕ್ಕೆ ಮರುಳಾಗುತ್ತ
ಗಟ್ಟಿತನವನ್ನು ಕಳೆದುಕೊಂಡವರು;

ಸಣ್ಣ ತನಕ್ಕೆ ಶರಣಾಗುತ್ತ
ಹೃದಯ ವೈಶಾಲ್ಯತೆ ಬಿಟ್ಟವರು;
ಜಾತಿ-ಜಾತಿಯೆಂದು ಜಾತಿವಾದಿಗಳಾಗುತ್ತ
ನೀತಿ-ನಿಯಮವ ಗಾಳಿಗೆ ತೂರಿ ದವರು,

ಪ್ರೀತಿ ಸ್ನೇಹಗಳಮರೆಯುತ್ತ
ದ್ವೇಷ_ವಂಚನೆ ಹಂಚುವವರು,
ಎಲ್ಲ ಕಾಲಗಳಲ್ಲೂ ಉಳಿಯುತ್ತ,
ಕೊಳಕನ್ನೇ ಎರೆಚುವವರು.

ಹೂವು ನಗುತಿತ್ತು! ಜಗದಲ್ಲಿ
ಅದಕೇನು ಗೊತ್ತು,ನಗುವಿನ ಕಾರಣರಾರಿಲ್ಲಿ..?
ಅದರ ಅಂದ ಚಂದದ ಪರಿಮಳ ದಲ್ಲಿ;
ಗಿಡ ದ್ದೇನು ಪಾತ್ರ?ಬೇರು ಆಧಾರದಲ್ಲಿ//

ಸವೆದ ನೀರು-ಗೊಬ್ಬರ ಸೂರ್ಯನ ಬೆಳಕಲ್ಲಿ;
ಎಲೆಗಳೆಲ್ಲಾ ಆಹಾರ ತಯಾರಿಸಿ ನೀಡಿದಲ್ಲಿ,
ಗಿಡವೆಲ್ಲ ಹಸಿರೊಡೆದು ಪಸೆಮೂಡಿ, ಚಿಗುರಿ ದಲ್ಲಿ.
ಮೊಗ್ಗುಗಳು ಹೂವರಳಿ ನಗುತಿತ್ತು... //

ಪತಂಗವೊಂದು ಹೂವರಸಿ, ಮಧು ಬಯಸಿ ಹಾರಿ ಬಂದಲ್ಲಿ,
ಪರಸ್ಪರ ಪರಾಗಸ್ಪರ್ಶದ
ಆನಂದ ವಲ್ಲಿ!!
ಎಂಥ ವಿಸ್ಮಯ! ಸೃಷ್ಟಿಯ ಸೊಬಗಲ್ಲಿ!! //

ಒಂದರೊಳಗೊಂದು ಬೆರೆತಾಗ ಅಸ್ಮಿತೆ,
ಮರೆತರೆ ದೂರ ಕೆ ಹಾರುವ ಚಿಟ್ಟೆ,
ಮಕರಂದಕೆ ಬರವಿಲ್ಲ ತಿಳಿ ಬಣ್ಣದ ಬಟ್ಟೆ
ಲೋಕವೆಲ್ಲಾ ಮತ್ತೆ ಮತ್ತೆ ಸೃಷ್ಟಿಸುವ ಸುಂದರ ಕಟ್ಟೆ//

ಇಲ್ಲಿ ಯಾರೇನು ಹೆಚ್ಚಲ್ಲ-ಕಮ್ಮಿಯಲ್ಲ
ಇದಕ್ಯಾವುದೇ ಬೇಲಿಯಿಲ್ಲ, ಬಂಕವಿಲ್ಲ;
ಪ್ರಕೃತಿ ಯಾವುದನ್ನೂ ನಿಷೇದಿಸಿಲ್ಲ,
ಮಾನವ ಮಾತ್ರ ಸಾರಿದ
ಸಂವಿಧಾನ ಉಲ್ಲಂಘನೆ ಸಲ್ಲ! //

VIDYA

Vidya was a voice over artist and was a Radio Jockey in an online Radio.She has given her voice for many advertisements.She has also written dialogues for 2 movies and also few poems.She has taken a break after her marriage and will be getting back to work shortly.She has a dream of writing her own novel in coming days.

ಪ್ರಕೃತಿ ಸೌಂದರ್ಯವನ್ನು ಸವಿಯಲು ಸಾಲದೆರಡು ಕಂಗಳು,
ಆದರೂ ಸವೆದೆರಡು ಕಂಗಳಿಂದ ಮನ ತುಂಬಿ ಹೇಳುತಿರುವೆ ಈ ಸಾಲುಗಳು..

ತಾಯಿಯಾಗಿ ಸಲಹುವಳು ನಮ್ಮೆಲ್ಲರನ್ನು ತನ್ನ ಆಶ್ರಯದಲ್ಲಿ,
ಆಕೆಯ ಋಣ ತೀರಿಸಲು ನಾ ಕಾಯುವೆ ಜನ್ಮ ಜನ್ಮಗಳಲ್ಲಿ..

ನೊಂದ ಮನಸ್ಸಿಗೆ ಸಾಂತ್ವನ ತುಂಬಲು ಪ್ರಕೃತಿಗಿದೆ ಶಕ್ತಿ,
ಅದರ ನಿಗೂಢತೆಯ ಮಹತ್ವವನ್ನು ಅರಿಯಲು ನಮ್ಮಲ್ಲಿಲ್ಲ ಯುಕ್ತಿ..

ಜಾತಿ,ಭಾಷೆ,ದೇಶಗಳೆಂಬ ಭೇದ ಮರೆತು ನಮ್ಮನ್ನು ಸಲಹುವಳು ಪ್ರೀತಿಯಿಂದ,
ಆಕೆಯ ಪ್ರೀತಿಗೆ ಬೆಲೆ ಕಟ್ಟಲಾಗದು ನಮ್ಮಿಂದ..

ಪ್ರಕೃತಿ ಮಾತೆ ಕೋಪಿಸಿಕೊಂಡರೆ ನಮಗೆ ತಪ್ಪುವುದಿಲ್ಲ ತಕ್ಕ ಶಿಕ್ಷೆ,
ಆಕೆಯನ್ನು ತಣಿಸಲು ನಮ್ಮ ತಪ್ಪುಗಳನ್ನರಿತು ಮಾಡಬೇಕು ನಿರೀಕ್ಷೆ..

ಪ್ರವೃತ್ತಿಯ ನೆಪದಲ್ಲಿ ಮಾತೆಯನ್ನು ಹಿಂಸಿಸುತ್ತಿರುವೆವು ನಾವೆಲ್ಲಾ,
ಈ ತಪ್ಪರಿತು ಬಾಳಿದರೆ ಸಿಗುವುದು ತಾಯಿಯ ಪ್ರೀತಿ ನಮಗೆಲ್ಲಾ..

ಅಸಂಖ್ಯಾತ ಜೀವ-ಜಂತುಗಳಿಗೆ ಪ್ರಕೃತಿ ತಾಯಿ ನೀಡುವಳು ಆಶ್ರಯ,
ಎಂದಿಗೂ ಒಲ್ಲೆ ಎನ್ನಳು ಹೆಚ್ಚಿದರೆ ಅವರಲಿ ಸಂಖ್ಯೆಯ..

ಮಾತೆಗೆ ಕೋಟಿ ನಮನ ಸಲ್ಲಿಸುವುದು ನಮ್ಮ ಕರ್ತವ್ಯ,
ಆದರೆ ಮರೆತೆವು ಇದನ್ನು ವಿಪರ್ಯಾಸ ನೋಡಯ್ಯ.

ಹೆಣ್ಣಿನ ಗುಣಗಳನ್ನು ಏನೆಂದು ವರ್ಣಿಸಲಿ?
ಹುಟ್ಟಿದಾಗ ಎಲ್ಲರ ಕಣ್ಣಲ್ಲಿ ಆನಂದವಾದಳು,
ಮನೆಯ ದೀಪ ಬೆಳಗುವ ಪುಟ್ಟ ಜ್ಯೋತಿಯಾದಳು,
ತನ್ನ ತಾಯಿಯ ಪುಟ್ಟ ಪ್ರತಿರೂಪ ಹಾಗು ತಂದೆಯ ಮುದ್ದು
ರಾಜಕುಮಾರಿಯಾದಳು.

ಬೆಳೆಯುತ ಮನೆಯವರ ಕಣ್ಣಲ್ಲಿ ದೊಡ್ಡ ಕನಸಾದಳು,
ಸಹೋದರ-ಸಹೋದರಿಯರ ನೆಚ್ಚಿನ ಅಕ್ಕ-
ತಂಗಿಯಾಗಿ,ಸ್ನೇಹಿತರ ಆಪ್ತ ಗೆಳತಿಯಾದಳು,
ಪ್ರಪಂಚವನ್ನರಿಯದ ಮುಗ್ಧ ಹುಡುಗಿಯಾಗಿ,ಎಲ್ಲರ
ದೃಷ್ಟಿಯಲ್ಲಿ ಚಿಕ್ಕ ಮಗುವೆನಿಸಿಕೊಂಡಳು,
ಋತುಮತಿಯಾದಾಗ ಗಾಬರಿಯಾದಳು,ಅದರ
ಮಹತ್ವವನ್ನರಿತಾಗ ಅಚ್ಚರಿಗೊಂಡಳು.

ತನ್ನ ಶಿಕ್ಷಣ ಮುಗಿಯುವಷ್ಟರಲ್ಲಿ ಪ್ರಬುದ್ಧ
ಯುವತಿಯಾದಳು,
ಎಲ್ಲರ ಕನಸ್ಸನ್ನು ನನಸು ಮಾಡುವ ಮನಸ್ಸಿನವಳಾದಳು,
ಕುಟುಂಬ ಹೆಮ್ಮೆ ಪಡುವ ಮನೆಯ
ರಾಜಕುಮಾರಿಯಾದಳು,
ರಾಜಕುಮಾರನ ಹುಡುಕಾಟದಲ್ಲಿದ್ದ ಮನೆಯವರ
ದೃಷ್ಟಿಯ ಗೊಂಬೆಯಾದಳು.

ಮದುವೆಯ ನಂತರ ಗಂಡನ ರಾಣಿಯಾಗಿ,ಮಗುವಿನ
ತಾಯಿಯಾದಳು,
ತನ್ನ ಮನೆಯ ಎಲ್ಲಾ ಜವಾಬ್ದಾರಿಯನ್ನು ಹೊತ್ತ
ಗೃಹಿಣಿಯಾದಳು,
ಒಂದು ದಿನವೂ ರಜೆ ಪಡೆಯದೆ ದುಡಿವ ನಿರತ ಹೆಣ್ಣಾದಳು,

ಎಲ್ಲಾ ಕೆಲಸಗಳನ್ನು ತಾನೇ ಮಾಡಿ,ತಾನೇನೂ ಮಾಡಿಲ್ಲ
ಎನ್ನುವ ದೊಡ್ಡ ಮನಸ್ಸಿನವಳಾದಳು.
ಎಲ್ಲರ ಕನಸ್ಸನ್ನು ನನಸ್ಸು ಮಾಡುವ ಭರದಲ್ಲಿ ತನ್ನ
ಕನಸ್ಸಿಗೆ ತಿಲಾಂಜಲಿ ಇಟ್ಟಳು,
ಎಲ್ಲರಿಗೋಸ್ಕರ ದುಡಿಯುತ ತನ್ನ ಸ್ವಂತ ದುಡಿಮೆ ಬಗ್ಗೆಯೇ
ಮರೆತಳು, ತನ್ನ ಪುಟ್ಟ ಪ್ರಪಂಚವನು ಸಲಹುವ ಆಸೆಯಲ್ಲಿ
ತನ್ನ ಆಸೆಗಳನ್ನೆಲ್ಲಾ ತ್ಯಾಗ ಮಾಡಿದ
ತ್ಯಾಗಮಯಿಯಾದಳು,
ತನ್ನನ್ನೇ ಮರೆತು ಎಲ್ಲರ ಪ್ರೀತಿ ಗಳಿಸಿ,ಎಲ್ಲ
ದೇವತೆಯಾದಳು.

VISMAYA S

Vismaya is a student, who is pursuing her Bachelor in Computer Applications. She loves writing, telling stories and performing poems on stage. She started writing when she was 18 yeard old and realised she has a thing for playing with words. She's written around 35 poems so far; themes inclusive of love, Relationships, self love, life, body shaming, women, break ups, depression and many more. Most of her poems are derived from her life experiences, from the stories of the people she has met and by observing and getting inspired by nomadic culture and people in it. She has 350+ audience on Instagram with a postings of 20+ poems.

We will meet again
Not to part ways
But to be lovers
Months have passed
Years have passed
Not once I got to see you
Not once I could unlove you
There is a red knot that keeps
Tieing me to you
I try so hard to cut it off
But my knife feels so weak
We are so wrong for strangers
We are meant to be lovers
We are lost, so lost
The map doesn't work
The soul weeps
Helpless but hopeful
We will meet again
In the woods
When the sun goes down
When our stars align
When it is time for you to see me
When it is time for me to see you
When it is all wrong and right
When we can be skin to skin
Without flinching
When we are meant to be lovers
We will meet again

How much love is too much love
How much of you in me
Is too much of you in me
On my 5th glass of whiskey
With a pale face and teary eyes
Writing my 100th poem and
127th letter I am still full of words
Not one getting mailed
With heavy rains my soul is drenched
The sky is weeping my pains
I stumble on my 27th step
Oh my, I am nuts
counting my steps
How mad is too mad
How hurt is too hurt
Reading the unread
Feeling the unfelt
Wanting the unwanted
Doing things one shouldn't
Thoughts of you swirling
My drunken delusions see you
Crafting your bitter-sweet embrace
How am I to stop me
How am I to love another

VIJAY SIMHA L

An aspirant writer aiming to pursue his dreams, sometimes witty.

ಹೇಳುವುದೇನಿದೆ
ಬರೀ ಗೌಪ್ಯವೆ ವಿಷಯವಾಗಿದೆ
ಸ್ಪರ್ಶ ತಾಕದೆ
ಈಗ ಉಸಿರು ಹುಸಿಯಾಗಿದೆ

ಒದುವಾಗ ಪುಟಗಳೆಲ್ಲ ಮೀನುಗೊ ಕನ್ನಡಿ
ಸಾಲುಗಳೆಲ್ಲ ಒದಿದಾಗ ಶೀರ್ಷಿಕೆ ಮರೆತ ನೋವಿದೆ
ಅನುಭವಗಳಲಿ ನೆಂದಾಗ ಹೇಳದ ಸ್ವಾರ್ಥಕತೆಯಿದೆ

ಒಂಟಿ ಸಂಚಾರಕೆ ಕಾರಣ, ಕಷ್ಟವಾದ ಚಾರಣ
ಏಕೋ ಪರಿತ್ಯಕ್ತ ಭಾವನೆ
ಖುಷಿಯಲ್ಲಿದ್ದ ಜೀವನ, ದುಃಖದಲಿಲ್ಲ ಸಾಂತ್ವನ
ಬದಲಾಗಿದೆ ಬದಿಕಿನ ನಮೂನೆ

ನಗು ನಡೆದ ಹಾದಿಗೆಕೆ
ಅಳುವ ಚೀತ್ಕಾರದ ಹೆಜ್ಜೆ
ಪದಗಳಿಲ್ಲದೆ ಸತ್ತ ಮೌನಕ್ಕೆ
ಮಾತಿಗೆ ಮೂಡದು ಲಜ್ಜೆ

ಅನಿಸಿಕೆಗಳ ಆಲಿಕೆಯಿಂದ
ಅಸ್ತಿತ್ವದ ಹುಡುಕಾಟ ಶುರು
ದೃಷ್ಟಿಯಿದ್ದರೆ ಪ್ರೀತಿಯಿಂದ
ಬುದ್ದಿಗೆ ತಾಕಾದು ಮಂಪರು

ಬದುಕಿನ ಅಲೆದಾಟದಲ್ಲಿ
ಸಿಕ್ಕವರೆಲ್ಲಾ ಅಪರಿಚಿತರು
ಸ್ವಾರ್ಥದ ಹೊಡೆದಾಟದಲ್ಲಿ
ಭೇಟಿಯಾದವರೆ ಚಿರಪರಿಚಿತರು

VIKRAM HEGDE

Vikram is a journalism student and a writer.
He has written a novel in Kannada which will be published very soon.

ಕಪಟ ಬೇಡ ಕೃಷ್ಣನೆ...
ಚೆಂದ ಆಕೆ ವೀಣೆಯಂತೆ
ಮುನಿಸು ಅದಕೆ ಅಂದವಂತೆ||
ರಾಧಾ ರಾಧಾ ರಾಧಾ ರಾಧ
ಕುಪಿತವೇನೆ? ಮುದ ವಿನೊದವೇನೆ?
ರುಕ್ಕು ಜಾಂಬವೆಲ್ಲ ಎನಗೆ ನೀನೆ ರಾಧಾ
ಭಾಮೆ ಎನಗೆ ಭೂತಿಯಲ್ಲ||೧||

ನಿನ್ನ ಕಂಗಳ ಹೊಳಪೆ ಹಂದರ
ಎನ್ನ ನಗುವು ನಿನಗೆ ಪಂಜರ
ಎನಿತೊ ಅರಿಯೆ ಅರಿವು ಬರದೆ
ಜಾಂಬವತಿಯ ನೆನೆದೆನೆ||೨||

ನೀನೆ ನೀನೆ ನೀನೇ ನೀನೇ
ಕಪಟ ಕೃಷ್ಣನಲ್ಲ ನಿನಗೆ
ಪ್ರೀತಿ ಪ್ರಣಯದ ಹರಿವು ನೀನೆ
ನನ್ನ ಮನಸಿನ ಮುದವು ನೀನೆ||೩||

ಕಂಗಳರಳಿಸೆ... ತುಟಿಯ ಸರಿಸೆ
ಮುದ್ದು ಮೊಗವ ಬೆಳಗಿಸೆ
ನೀನೆ ಎನ್ನ ಹಳೆಯ ಜನ್ಮ
ನೀನೆ ಎನ್ನ ಹೊಸತನ||೪||

ನಿನದೆ ಮೋಹವೆನಗೆ ಮಾಯೆ
ನಿನದೆ ಕೊಳಲ ಛಾಯೆ ಪ್ರಿಯನೆ
ನುಡಿಸಿ ಹೇಳು ಕೊಳಲ ಕವಿತೆ
ಅನ್ಯ ಸ್ತ್ರೀಯರ ಮೋಹಿಸೆ||೫||

ಪಕ್ವ ಗಿಡದ ಹೂವ ಬಯಸಿ
ಅದರ ಪ್ರಾಣಧಾತು ಉಳಿಸಿ
ಪಕ್ಷಿ ಪ್ರಾಣಿಯೆಲ್ಲ ಕಳಿಸಿ
ಹೊವ ಕನಸ ಕಂಡೆನೆ|

ಇಬ್ಬನಿ ಬಸಿದು ಬಸಿರ ಪಡೆದು
ಬೀಜದ ಭವಿಷ್ಯ ಬೇಡಿದೆ
ನನ್ನ ತೆಕ್ಕೆ ಮೀರಿ ಮಿಡತೆ
ಹೂವ ಎಸಳ ಕಬಳಿಸೆ|

ಎಸಳ ನುಂಗಿ ಮಿಡತೆ ಪುಂಗಿ
ಕಾಲ ಕಲಿಯ ಕೈಯಲಿಹುದು
ಯಾರು ಏನು ಮಾಡಿಯಾರು
ಬುದ್ಧಿ ಭ್ರಮಣೆ ಹೂವಿಗೆ|

ಮರೆತ ಹೂವು ಸಲಹಿದವನ
ಮಿಡತೆಯೊಂದನ ಕರೆಯಿತೆ?!
ಮಿಡತೆಯೊಂದು ಆಸೆ ತೋರಿ
ಹೂವ ಮೇಲೆ ಕುಳಿತಿತೆ?|

ಕಾಲದ ಸತ್ಯ ಕಂಕುಳಲ್ಲೆ
ನನ್ನೆ ಮಾಯೆಗೆ ನೂಕಿತೆ
ದೂರ ದೂರ ಕಿಂಚಿದೂರ
ಸಾಗುವಂತೆ ಮಾಡಿತೆ?|

ಕನಸ ಬೆಳೆಸಿ ಹೂವ ಸಲುಹಿ

ಕನಸ ಕೊಂದರೆ ನ್ಯಾಯವೆ!
ಹೊಸ ಗಿಡವ ಮತ್ತೆ ಸಲುಹಿ
ಪುಷ್ಪವೊಂದನು ಪಡೆದೆನೆ।

Flairs and Glairs, a platform by a student for the students. We are esteemed youth struggling to carve out our path for our future and we follow a basic mindset Since everyone is not born with all-round skills. Joining hands with people who are born to execute it with perfection is the best way to evolve. Self-Evolution is the need of the hour but, evolving as a community is what we strive for. The initiative as kickstarted by, Founder- Mr. Shubham Shah with the motive to utilize the skillset and talent of writing has now a team of 10+ people who are actively participating into newer forms of learning and discovering talents among youngsters. We Provide platform and services like Publishing opportunities, Open mics, Workshops, Hands-on training. Operating with Brand Name of Flairs and Glairs (Publication House), we offer the chance of elevating a passionate writer to an esteemed author With Brand name Teekhe Zasbaaat. We bring to you an opportunity to get accustomed with the Public Speaking and Presenting of Thoughts along with regular challenges to brush up your inking spirit. The newest initiative to extend our services we introduced in a new writing Platform- The Glittering Fables and Ink Over Tears.

We Choose to Fly Like A Falcon than to

be a Leg Pulling Crab.

www.ingramcontent.com/pod-product-compliance
Ingram Content Group UK Ltd.
Pitfield, Milton Keynes, MK11 3LW, UK
UKHW022004190726
13853UKWH00004B/1725

9 789391 302771